स्वर्गात जाऊन आलेल्या एका प्रामाणिक, साध्या, निष्पाप अशा लहान मुलाचं समाधानकारक स्पष्टीकरण तुमच्या मनाला हेलावून टाकेल. हे पुस्तक लक्षवेधी आणि विश्वास वाटण्याजोगं आहे. ते तुम्ही वाचलंच पाहिजे. तुम्ही स्वर्गात जायला तयार असाल, तर हे पुस्तक तुम्हाला धैर्य देईल. जर तुम्ही स्वर्गात जायला तयार नसाल, तर हा छोटा तुम्हाला मार्गदर्शन करेल. कारण कोल्टन म्हणतो, 'खरोखरच स्वर्ग आहे!'

– डॉन पायपर
स्पीकर आणि लेखक, नाइन्टी मिनिट्स इन हेवन

जेव्हा माझ्या डेस्कवर एखादं हस्तलिखित येतं, तेव्हा त्याचं नाव माझी जिज्ञासा जागृत करतं. 'हेवन इज फॉर रिअल' या पुस्तकाच्या बाबतीत असंच घडलं. मी फक्त ते वरवर चाळून खाली ठेवीन असं वाटलं; पण ते खाली ठेवणं शक्यच झालं नाही. मी अगदी मुखपृष्ठापासून मलपृष्ठापर्यंत सर्व पुस्तक वाचलं. माझ्यावर त्या कथेचा अतिशय प्रभाव पडला. या पुस्तकामुळे परमेश्वरप्रेम कळतं आणि मृत्यूची भीती कमी होते; इतकंच नाहीतर स्वर्ग म्हणजे केवळ हजारो वर्षं गाणं म्हणण्याची जागा नव्हे; हेही कळतं. मृत्यूपूर्वी जसं जगायची आपण इच्छा करतो, तसं या जागी राहू शकतो. स्वर्ग या शब्दामुळे तुमची जिज्ञासा वाढत असेल, तुम्ही अस्वस्थ होत असाल, आपली आयुष्यं कशी असतील याबद्दल तुम्हाला कुतूहल असेल, तर तुम्ही हे पुस्तक वाचावत, अशी मी शिफारस करेन.

– शेइला वॉल्श, डब्ल्यूओएफ वक्ता आणि लेखक,
ब्यूटिफुल थिंग्ज हॅपन व्हेन वुमन ट्रस्ट्स गॉड

"स्वर्ग हे काही उत्तेजनार्थ मिळालेलं बक्षीस नव्हे. ज्यांची श्रद्धा आहे, त्यांच्यासाठी ती खरी आणि शाश्वत जागा आहे. स्वर्गातील आश्चर्ये, गूढ आणि उदात्तता यांबद्दल प्रत्यक्षदर्शी माहिती ऐकत कोल्टन आणि टॉड यांच्याबरोबर सफर करा. त्यामुळे जग अधिक अर्थपूर्ण आणि भविष्य अधिक आशादायक वाटेल."

– ब्रॅडी बॉइड
ज्येष्ठ धर्मोपदेशक, न्यू लाइफ चर्च कोलोराडो स्प्रिंग्ज

“मृत्यूच्या जवळ जाऊन अनुभवलेल्या अनेक कथा आहेत; पण मी त्या वाचल्या नव्हत्या. कारण स्पष्टच सांगायचं तर, लेखकावर माझा विश्वास बसेल की नाही हे मला माहीत नसायचं. पण हे पुस्तक मी सुरुवातीपासून शेवटपर्यंत अगदी खाली न ठेवता वाचलं. कारण मी लेखकाला ओळखतो आणि माझा त्याच्यावर विश्वास आहे. टॉड बर्पोने ही आपल्याला अद्भुत भेट दिली आहे. कारण त्यानं आणि त्याच्या मुलानं स्वर्ग या विषयावरचा पडदा थोडा बाजूला केला आहे. त्यामुळे आपल्याला तिथे काय चाललंय, याची एक छोटीशी झलक मिळते.”

– डॉ. एव्हेरट पायपर
प्रेसिडेन्ट, ओक्लाहोमा वेस्लेयान युनिव्हर्सिटी,लेखक, ‘व्हाय आय ॲम लिबरल ॲन्ड अदर कॉन्झर्वेटिव्ह आयडियाज’

“चार वर्षांच्या कोल्टनचा मृत्यू जवळ आला असता, त्याला ॲनेस्थेशिया दिल्यावर आलेल्या अनुभवांचं हे सुंदर आणि उत्तम प्रकारे लिहिलेलं पुस्तक आहे. मी अशा साधारण १६०० केसेस (निअरडेथ एक्सपीरियन्स – एनडीई) शास्त्रीय पद्धतीने अभ्यासल्या आहेत आणि मला असं आढळलं की, नमुनेदार असे एनडीई हे ॲनेस्थेशिया दिलेल्या अगदी लहान मुलांना येतात. इतक्या एनडीई अभ्यासल्या नंतरही कोल्टनचे अनुभव नाट्यपूर्ण, अपवादात्मक आणि कोठल्याही सश्रद्ध माणसाला प्रेरणा देणारे वाटतात.”

– जेफ्री लाँग, एम.डी.
फाउन्डर, निअरडेथ एक्सपीरियन्स रिसर्च फाउन्डेशन
लेखक, एव्हिडन्स ऑफ द आफ्टरलाइफ : द सायन्स ऑफ निअरडेथ एक्सपीरिअन्सेस

“स्वर्गाची झलक दाखविणारे आनंददायक रीतीने लिहिलेले हे पुस्तक, ज्यांना शंका वाटते त्यांचे शंकासमाधान करेल आणि ज्यांची श्रद्धा आहे, त्यांना अपेक्षापूर्तीचा आनंद मिळेल.”

– रॉन हाल
सहलेखक, सेम काइन्ड ऑफ डिफरन्ट ॲज मी

"काही गोष्टी सांगायलाच लागतात. त्यांचं स्वतःचं असं काही आयुष्य असतं. तुमच्या हातातील या पुस्तकात अशी कथा आहे. ती फक्त तुमच्याजवळ फार काळ राहणार नाही. कारण तुमच्या संभाषणातून आजपर्यंत न ऐकलेल्यांना ती सांगितली जाईल. हे तुमच्या बाबतीत घडेल, कारण ते माझ्या बाबतीत घडलंय."

— फिल मॅक्लम
ज्येष्ठ धर्मोपदेशक, एव्हरग्रीन कम्युनिटी चर्च,
बोथेल, वॉशिंग्टन

"बायबलमध्ये वर्णन केलंय की, स्वर्ग ही परमेश्वराची राहण्याची जागा आहे. जी माणसं आपलं आयुष्य ईश्वरचरणी अर्पण करतात, त्यांचंही ते कायमचं राहण्याचं ठिकाण बनतं, अशी ही खरीखुरी जागा आहे. या पुस्तकात टॉड बर्पोनं अपेन्डिक्सचं ऑपरेशन झाल्यावर आपल्या मुलाला आलेल्या अनुभवांचं वर्णन केलंय. हे पुस्तक प्रामाणिक, हृदयाला स्पर्श करणारं आणि स्वर्गाची आशा असलेल्या आपल्या सर्वांना प्रेरणा देणारं आहे."

— रॉबर्ट मॉरीस
धर्मोपदेशक, गेटवे चर्च, साउथलेक, टेक्सास

'हेवन इज फॉर रिअल' हे पुस्तक अद्भुत आहे. आपल्या म्हणजे मुलं आणि मोठ्यांच्या आयुष्यात श्रद्धा किती महत्त्वाची आहे, हे या पुस्तकामुळे पुन्हा सिद्ध होतं.

— टिमोथी ओ' हॉलरन, एम.डी.

कोल्टनची कथा न्यू टेस्टामेन्टमध्ये असायला हवी होती. परमेश्वराने या एकविसाव्या शतकात निष्पाप डोळ्यांच्या एका लहान मुलाद्वारा आपल्याशी बोलायचं ठरवलंय. त्यामुळे काही गूढ गोष्टी उलगडल्या आहेत. हे लिखाण लक्षवेधक असून, त्यातील सत्य चकित करणारं आहे. त्यामुळे ज्ञानाची लालसा वाढली आहे.

— जो ॲन लेऑन
जनरल सुपरिंटेंडन्ट, वेस्लेयान चर्च

“परमेश्वर अतिशय सर्जनशील आणि विश्वसनीय आहे! या पुस्तकातील शोध ही गोष्ट नवीन वाटांनी वृद्धिंगत करतील. मी कोल्टनला जन्मापासून ओळखतो. तो चालू लागला तेव्हापासून त्याला आध्यात्मिक गोष्टींत खूप रस होता. तो साधारणतः तीन वर्षांचा असल्यापासून मांडीवर बसून माझ्या डोळ्यांत बघायचा आणि विचारायचा की, ‘मरण पावल्यावर तुला स्वर्गात जायची इच्छा असेल तर जीझसला तुम्ही हृदयात स्थान द्या.’ परमेश्वराचं अस्तित्व नव्या दृष्टीनं पाहण्यासाठी हे पुस्तक वाचावं असं मी म्हणेन. परमेश्वर नेहमी लपलेला आहे असं वाटतं; पण तो आपल्या ठरलेल्या वेळापत्रकाप्रमाणे मधून मधून बाहेरही जाणवतो.”

– फिल हॅरिस
डिस्ट्रिक्ट सुपरिंटेंडन्ट, कोलोराडो-नेब्रास्का डिस्ट्रिक्ट ऑफ वेस्लेयान चर्च

“स्वर्गाचं ओझरतं दर्शन घडवणारं, सुंदर पद्धतीनं लिहिलेलं हे पुस्तक शंका दूर करेल आणि ज्यांची श्रद्धा आहे, त्यांना प्रेरणा देईल.”

– रॉन हॉल, सहलेखक,
‘सेम काइन्ड ऑफ डिफरन्ट ॲज मी’

'Heaven is for Real' या इंग्रजी पुस्तकाचा अनुवाद

स्वर्गाचा साक्षात्कार

स्वर्गाचं दार ठोठवून परत आलेल्या चिमुरड्याचा विस्मयकारक प्रवास...

टॉड बर्पो

सहलेखक
लीन व्हिन्सेंट

अनुवाद
मेधा मराठे

मेहता पब्लिशिंग हाऊस

All rights reserved. No part of this publication may be reproduced, stored in a retrieval system or transmitted, in any form or by any means, without the prior written consent of the Publisher and the licence holder. Please contact us at **Mehta Publishing House,** Pune.

Email : production@mehtapublishinghouse.com

Website : www.mehtapublishinghouse.com

- *या पुस्तकातील लेखकाची मते, घटना, वर्णने ही त्या लेखकाची असून, त्याच्याशी प्रकाशक सहमत असतीलच असे नाही.*

HEAVEN IS FOR REAL by TODD BURPO WITH LYNN VINCENT

© 2010 by HIFR Ministries Inc.

All rights reserved

This Licensed work Published under license.

Translated into Marathi Language by Medha Marathe

स्वर्गाचा साक्षात्कार / अनुवादित अनुभवकथन

अनुवाद : मेधा मराठे

authors@mehtapublishinghouse.com

मराठी अनुवादाचे व प्रकाशनाचे हक्क मेहता पब्लिशिंग हाऊस, पुणे.

प्रकाशक : सुनील अनिल मेहता, मेहता पब्लिशिंग हाऊस,
१९४१, सदाशिव पेठ, पुणे ३०.

अक्षरजुळणी : इफेक्ट्स, कोथरूड, पुणे ३८

मुखपृष्ठ : मेहता पब्लिशिंग हाऊस

प्रथमावृत्ती : जून, २०१९

P Book ISBN 9789353172619

"मी तुम्हाला सत्यच सांगतोय. तुम्ही आपल्यात बदल करून लहान मुलांसारखे निरागस, निष्पाप झाला नाहीत, तर तुम्ही स्वर्गाच्या राज्यात कधीही प्रवेश करू शकणार नाही."

— नाझरेथचा येशू

अनुक्रमणिका

उपोद्घात । १
रांगणाऱ्या प्राण्यांचं दालन पाहा! । ७
'पास्टर इयोब' । १२
कोल्टनचा कणखरपणा । १८
धोक्याची घंटा । २१
मृत्यूची छाया । २७
नॉर्थ प्लेट । ३०
'मला वाटतं सगळं संपलंय...' । ३४
परमेश्वरावरचा संताप । ३७
गोठलेले क्षण... । ४०
अपूर्व प्रार्थना । ४५
कोल्टन बर्पो - एक मुनीम । ५०
स्वर्गाचा साक्षीदार । ५७
प्रकाश आणि पंख । ६५
स्वर्गातील 'वेळ' । ७९
कबुलीजबाब । ८३

पॉप आजोबा । ८६
दोन बहिणी । ९२
परमेश्वराच्या सिंहासनाची खोली । ९६
जीझस 'खरोखर' मुलांवर प्रेम करतो । १०२
मृत्यू आणि जीवन । १०६
'पहिली व्यक्ती तुला दिसेल ती...' । ११०
स्वर्गात कुणीही म्हातारं नाही! । ११४
'वरून' येणारी शक्ती । ११७
ॲलीचा क्षण । ११९
देवदूतांच्या तलवारी । १२२
होणारं युद्ध । १२६
'एक दिवस आपण नक्की बघू...' । १३०
उपसंहार । १३८
घटनाक्रम । १४२

उपोद्घात

‘आर्बीज’मधील देवदूत

४ जुलैच्या सुट्टीमुळे देशाभिमानी सैन्याच्या कवायती, वाफा येणाऱ्या बार्बेक्यूमधून घमघमणारा खमंग वास, गोड कणसं आणि रात्रीच्या वेळी आकाशात फुटणाऱ्या रोषणाईचा वर्षाव या सगळ्यांच्या आठवणी मनात जाग्या होतात. पण माझ्या कुटुंबासाठी मात्र ४ जुलै, २००३चा शनिवार-रविवार काही इतर कारणासाठी महत्त्वाचा ठरला.

दक्षिण डाकोटामधील सीऑक्स फॉल्सला असलेला सोनयाचा भाऊ स्टीव्ह आणि त्याचं कुटुंब यांना भेटायला मुलांना घेऊन जायचं, असं सोनयानं आणि मी ठरवलं होतं. दोन महिन्यांपूर्वी जन्मलेला आमचा भाचा बेनेट याला आम्ही पहिल्यांदाच भेटणार होतो. शिवाय कॅसी आणि कोल्टन ही आमची मुलं फॉल्सला पूर्वी कधी गेली नव्हती. (होय! सीऑक्स फॉल्सला खरोखर ‘सीऑक्स’ या नावाचा धबधबा आहे.) त्यात अत्यंत महत्त्वाची गोष्ट अशी होती की, मार्चमध्ये कोलोराडोमधील ग्रीले येथे आम्ही कौटुंबिक सफर केली होती, त्यानंतर पहिल्यांदाच आम्ही आमचं नेब्रास्कामधील इम्पीरिअल हे गाव सोडणार होतो. ग्रीलेची ‘ती’ सफर म्हणजे आमच्या आयुष्यातील सर्वांत वाईट दुःस्वप्न होतं.

खरं सांगायचं तर गेल्या वेळी आम्ही कौटुंबिक सफरीसाठी गेलो, तेव्हा आमचं एक मूल जवळजवळ मरण पावलं होतं, असंच म्हणावं लागेल. आम्हाला वेडे म्हणा पाहिजे तर, पण या वेळी आम्ही थोडे अस्वस्थ होतो. जाऊच नये असं वाटत होतं. मी धर्मोपदेशक आहे; पण अंधश्रद्ध नाही. तरी आपण घराच्या जवळपास राहिलो, तर सुरक्षित राहू असं काहीतरी गूढ वाटत होतं. शेवटी स्टीव्हच्या सांगण्याप्रमाणे जगातलं सगळ्यात गोड बाळ असलेल्या लहानग्या बेनेटला भेटण्याच्या

इच्छेचाच विजय झाला, म्हणून आम्ही दोन दिवसांपुरतं आवश्यक सामानसुमान आमच्या निळ्या फोर्ड एक्सपिडिशनमध्ये भरलं आणि उत्तर दिशेला जाण्यासाठी आमचं कुटुंब सज्ज झालं. रात्रीचा प्रवास करणं ठीक होईल, असं सोनयानं आणि मी ठरवलं. चार वर्षांच्या कोल्टनला कारसीटला पट्ट्यानं बांधलं की, 'मी आता मोठा झालो आहे,' असं तो म्हणत राहणार. रात्रीच्या बऱ्याचशा प्रवासात तो झोपेल तरी, म्हणून रात्री आठनंतर मी एक्सपिडिशन कार बाहेर काढली आणि गाडी सुरू करून जिथे मी धर्मोपदेशक म्हणून काम करत होतो, ते क्रॉसरोड्स वेस्लेयान चर्च मागे टाकून हायवे एकसष्टला लागलो.

समोरच्या सपाट मैदानात स्वच्छ चांदणं पडलं होतं. पांढुरका अर्धा चंद्र मखमली आकाशात उठून दिसत होता. इम्पीरिअल हे शेतकऱ्यांचं लहानसं गाव. नेब्रास्काच्या दक्षिण सीमेच्या आतल्या बाजूला वसलेलं. त्याची लोकसंख्या दोन हजार आणि इथे अजिबात ट्रॅफिक लाइट्स नाहीत. तिथे बँकांपेक्षा अधिक संख्येनं चर्च आहेत. तिथले शेतकरी जेवणवेळेला शेतातून सरळ एखाद्या कुटुंबानं चालविलेल्या खानावळीत जातात. त्यांचा वेष असतो, वोल्व्हराइनचे कामाचे बूट, जॉन डीरे फॅशनची नाचासाठी घालायची टोपी आणि कुंपणदुरुस्तीसाठी कमरेला लटकवलेली पक्कडीची जोडी. सहा वर्षांची कॅसी आणि कोल्टन आपल्या नुकत्याच जन्मलेल्या मामेभावाला भेटण्यासाठी सीऑक्स फॉल्ससारख्या 'मोठ्या शहरात' जायचं म्हणून उत्साहित झाली होती.

वाटेनं जाताना मुलं नव्वद मैलांवरच्या नॉर्थ प्लेट शहरापर्यंत अखंड बडबड करत होती. कोल्टन तर खेळण्यातील काल्पनिक नायकांची चित्रं घेऊन युद्ध खेळत असंख्य वेळा जगाला वाचवत होता. रात्रीचे दहा वाजले नाहीत, तोवर आम्ही साधारणपणे चोवीस हजार वस्ती असलेल्या या गावापर्यंत आलो. 'वाइल्ड वेस्ट' या मनोरंजनाच्या कार्यक्रमाचा संयोजक बफेलो बिल कोडी याचं ते गाव असल्यानं प्रसिद्ध होतं. नॉर्थ प्लेट हा मनुष्यवस्ती असलेला आमच्या प्रवासातला शेवटचा, म्हणजे जिथे खाण्या-पिण्यासाठी थांबता येईल, असा शेवटचा थांबा होता. वायव्य दिशेला दूरवर पसरलेली मक्याची रिकामी शेतं ओलांडून पुढे जायला आम्हाला ती पूर्ण रात्र प्रवास करावा लागणार होता. तिथे होती फक्त हरणं, फेझंट पक्षी आणि कधीमधी दिसणारं एखादं शेतघर. आम्ही गाडीच्या टाकीत इंधन भरण्यासाठी आणि आमची पोटं भरण्यासाठी आधीच तिथे थांबायचं ठरवलं

सिंक्लेअर गॅस स्टेशनवर इंधन भरल्यावर आम्ही जेफर्स रस्त्यावर आलो. तिथे ट्रॅफिक लाइट ओलांडत असताना माझ्या लक्षात आलं की, आम्ही डाव्या बाजूला वळलो, तर 'ग्रेट प्लेन्स रीजनल मेडिकल सेंटर'ला पोहोचू. तिथेच आम्ही स्वप्नवत वाटावे, असे मार्चमधले १५ दिवस घालविले होते. त्यांतील बरेच दिवस गुडघ्यांवर

२ । स्वर्गाचा साक्षात्कार

बसून कोल्टनच्या आयुष्यासाठी परमेश्वराची आळवणी करण्यात गेले होते. परमेश्वरानं त्याला आयुष्य दिलं. मात्र सोनया आणि मी आता विनोदानं म्हणतो की, त्या अनुभवानं आमच्या आयुष्यातली काही वर्षं खाल्ली! काही वेळा आयुष्यातील कठीण काळ घालविण्याचा एकमेव मार्ग म्हणजे हसणं. म्हणून आम्ही वळणावरून पुढे सरकण्याआधी कोल्टनला थोडं चिडवायचं ठरवलं.

"कोल्टन, आपण इथे वळलो तर सरळ हॉस्पिटलला जाऊ," मी म्हणालो, "तुला जायचंय का हॉस्पिटलमध्ये?"

आमचा छोटा अंधारातच हसला. "नको डॅडी, मला नका पाठवू, कॅसीला पाठवा. कॅसी हॉस्पिटलमध्ये जाऊ दे!"

त्याच्या पलीकडे बसलेली त्याची बहीण हसली, "ना... ही! मला पण जायचं नाही."

माझ्याशेजारी बसलली सोनया मागे कार सीटमध्ये बसलेल्या आमच्या मुलाकडे बघण्यासाठी वळली. त्याचे क्रू-स्टाइलने – खलाश्यासारखे – कापलेले तपकिरी केस आणि अंधारात चमकणारे आकाशाच्या रंगाचे डोळे माझ्या नजरेसमोर आले.

"तुला हॉस्पिटल आठवतंय का, कोल्टन?" सोनयानं विचारलं.

"होय ममी, मला आठवतंय!" तो म्हणाला, "तिथेच तर देवदूतांनी माझ्यासाठी गाणं म्हटलं होतं!"

आमच्या एक्सपिडिशनमध्ये काळ जणू गोठला. सोनया आणि मी एकमेकांकडे बघितलं आणि मूक संदेश दिला : आत्ता आपण जे ऐकलं, ते खरंच तो बोलला आहे का?

सोनया पुढे झुकून कुजबुजली, "तो यापूर्वी कधी तुझ्याशी देवदूतांविषयी बोललाय?"

मी नकारार्थी मान हलविली. "तुझ्याशी?"

तिनंही नकारार्थी मान हलविली.

मी आर्बीजचं उपाहारगृह पाहिलं आणि पार्किंग लॉटमध्ये गाडी वळविली. इंजिन बंद केलं. एक्सपिडिशनमध्ये रस्त्यावरच्या दिव्याचा पांढरा प्रकाश झिरपत होता. माझ्या सीटवरून वळून मी कोल्टनकडे पाहिलं. त्या क्षणी त्याचं बालिश, गोंडस असणं, मनाला स्पर्श करून गेलं. अजून तो खरोखरच लहान होता. त्याचं बोलणं आकर्षित करणारं होतं. (काही वेळा पेचात टाकणारं.) तुम्ही त्याला पाहिजे तर निरागस म्हणा; तुम्ही आई-वडील झाला असाल, तर मला काय म्हणायचंय ते तुम्हाला कळेल. त्या वयात मुलं एखाद्या गरोदर बाईकडे बोट दाखवून विचारतात (खूप मोठ्याने!) "डॅडी, ती बाई एवढी लठ्ठ का आहे?" कोल्टन आयुष्याच्या अशा नाजूक वळणावर होता की, तो अजून कोणतीही खुबी किंवा लबाडी शिकला नव्हता.

उपोद्घात । ३

'देवदूतांनी माझ्यासाठी गाणं म्हटलं,' हे जे साधं वाक्य चार वर्षांचा कोल्टन म्हणाला, त्याला प्रतिसाद कसा द्यायचा याचा विचार करताना हे सर्व माझ्या मनात चमकून गेलं. तरी मी निश्चयपूर्वक म्हणालो, "कोल्टन, देवदूतांनी हॉस्पिटलमध्ये तुझ्यासाठी गाणं म्हटलं असं तू म्हणालास?"

त्यानं जोरजोरानं होकारार्थी मान हलविली.

"त्यांनी तुझ्यासाठी कोणतं गाणं म्हटलं?"

कोल्टननं डोळे इकडे-तिकडे फिरवत आठवल्यासारखं केलं. "हां! त्यांनी 'जीझस लव्ह्ज मी – जीझस माझ्यावर प्रेम करतो' आणि 'जोशुआ फॉट द बॅटल ऑफ जेरिको – यहोशवा जेरिकोची लढाई लढला' ही गाणी म्हटली." तो ठामपणे म्हणाला, "मी त्यांना 'वी विल, वी विल रॉक यू' हे गाणं म्हणायला सांगितलं; पण त्यांनी ते म्हटलं नाही."

कॅसी हळूच हसली. माझ्या लक्षात आलं की, कोल्टननं क्षणाचाही वेळ न लावता खरं आणि चटकन उत्तर दिलं होतं.

सोनया आणि मी पुन्हा एकमेकांकडे पाहिलं. हे काय चाललंय? त्याला हॉस्पिटलमध्ये स्वप्न वगैरे पडलं होतं की काय?

आणखी एक प्रश्न मनात होता : आता आपण त्याला काय विचारायचं?

माझ्या डोक्यात सहजच एक प्रश्न आला : "कोल्टन, देवदूत कसे दिसत होते रे?"

काही आठवल्यासारखं तो गालांतल्या गालात हसला. "त्यातला एक होता ना, तो डेनिस आजोबांसारखा दिसत होता. पण 'तो' म्हणजे आजोबा नव्हते. कारण डेनिस आजोबा चश्मा लावतात."

नंतर तो गंभीर झाला. "डॅड, मी खूप घाबरलो होतो ना म्हणून जीझसनं देवदूतांना माझ्यासाठी गाणं म्हणायला पाठवलं होतं. त्यामुळे मला बरं वाटलं."

जीझस?

मी सोनयाकडे पुन्हा पाहिलं तर ती चकित झाली होती. मी पुन्हा कोल्टनकडे वळलो. "जीझस तिथे होता असं तुला म्हणायचंय?"

माझ्या लहानग्यानं होकारार्थी मान हलविली. पुढच्या अंगणातला लाल-पिवळ्या रंगाच्या – लेडीबग – सोनकिड्याशिवाय त्यानं काही विशेष बघितलं नसल्याच्या आविर्भावात तो सांगत होता, 'होय, जीझस तिथे होता.'

"बरं, जीझस नेमका कुठे होता?"

कोल्टननं माझ्या डोळ्यांत रोखून पाहिलं, "मी जीझसच्या मांडीवर बसलो होतो."

संभाषण थांबवायला जर 'स्टॉप बटणं' असतील, तर त्यांतलं एक तिथे होतं.

आधी चकित आणि मग निःशब्द होऊन सोनया आणि मी एकमेकांकडे पाहून एकमेकांना आणखी एक मूक संदेश दिला – आपण खरोखर याविषयी बोलायला पाहिजे.

आम्ही एक्सपिडिशन कारच्या बाहेर आलो आणि आर्बीज उपाहारगृहात शिरलो. काही मिनिटांनी खाण्याच्या पिशव्या घेऊन पुन्हा बाहेर पडलो. मध्यंतरीच्या वेळेत सोनया आणि मी एकमेकांशी कुजबुजलो.

"तुला काय वाटतं, खरंच त्याने देवदूत पाहिले असतील?"

"आणि जीझस?"

"मला समजत नाहीये."

"त्याला स्वप्न पडलं असेल काय?"

"मला काहीच कळत नाहीये– पण तो ठाम आहे." गाडीत बसल्यावर सोनयानं रोस्ट बीफ सॅन्डविच आणि बटाट्याचा केक सर्वांना दिला आणि मी दुसरा प्रश्न विचारायचं धाडस केलं.

"कोल्टन, जीझसला पाहिलंस तेव्हा तू कोठे होतास?" आत्ताच आपण याविषयी बोललो ना असा भाव चेहऱ्यावर ठेवून त्यानं माझ्याकडे पाहिलं.

"हॉस्पिटलमध्ये! जेव्हा डॉ. ओ'हॉलरन माझं ऑपरेशन करत होते तेव्हा."

"डॉ. ओ'हॉलरननी तुझं दोन वेळा ऑपरेशन केलं, आठवतंय?" मी म्हणालो. कोल्टनवर इमर्जन्सी अपेन्डेक्टोमी आणि नंतर त्याचं पोट साफ करण्यासाठी एक, अशा दोन शस्त्रक्रिया करण्यात आल्या होत्या. नंतर आम्ही त्याला जखमेवरील खपली काढण्यासाठी नेलं होतं; पण ते डॉ. ओ'हॉलरन यांच्या ऑफिसमध्ये.

"तुला नक्की वाटतंय की, ते हॉस्पिटल होतं?"

कोल्टनने होकारार्थी मान हलविली, "होय, हॉस्पिटलमध्ये. मी जीझसबरोबर होतो, तेव्हा तुम्ही प्रार्थना करत होतात आणि ममी फोनवर बोलत होती."

काय?

म्हणजे तो खात्रीने हॉस्पिटलबद्दल बोलत होता. पण आम्ही कुठे होतो, ते त्याला कसं काय कळलं?

"तू तेव्हा ऑपरेशन रूममध्ये होतास, कोल्टन," मी म्हणालो, "तुला कसं काय कळलं आम्ही काय करत होतो ते?"

"कारण मी तुम्हाला बघत होतो," कोल्टन अगदी प्रामाणिकपणाने म्हणाला, "मी शरीराच्या बाहेर जाऊन वर गेलो आणि खाली बघत होतो. माझ्या शरीरावर ऑपरेशन करणारे डॉक्टर मला दिसत होते. मला तुम्ही आणि ममीही दिसलात. तुम्ही एकटेच लहानशा खोलीत प्रार्थना करत होतात आणि ममी वेगळ्या खोलीत होती. ती प्रार्थना करत होती आणि फोनवर बोलत होती."

उपोद्घात । ५

त्या शब्दांनी मी आतपर्यंत हेलावून गेलो. सोनयाचे डोळे अगदी विस्फारले होते; पण ती काही बोलली नाही. फक्त माझ्याकडे बघत विचारमग्न होऊन ती सॅन्डविच खात राहिली.

त्या क्षणी तेवढीच माहिती मला झेपली. मी इंजिन सुरू केलं. एक्सपिडिशन पुन्हा रस्त्यावर घेतली आणि दक्षिण डाकोटाच्या दिशेनं निघालो. आम्ही आय-८० रस्त्यावर आलो तेव्हा दोन्ही बाजूंना कुरणं पसरलेली होती. मधूनच बदकांसाठी केलेली तळी चंद्रप्रकाशात चमकत होती. आता बराच उशीर झाला होता. लवकरच माझ्याखेरीज प्रत्येक जण ठरवल्याप्रमाणे घोरत होता.

रस्ता मागे पडत होता आणि मी आता ऐकलेल्या गोष्टींमुळे आश्चर्यचकित झालो होतो. आमचा लहान मुलगा अविश्वसनीय माहिती सांगत होता आणि ते खरं होतं. कारण तो सांगत असलेल्या गोष्टी त्याला माहीतच नव्हत्या. तो ॲनेस्थेशियाच्या प्रभावाखाली म्हणजे बेशुद्ध असताना आणि त्याचं ऑपरेशन सुरू असताना आम्ही काय करत होतो, हे त्याला आम्ही कधी सांगितलं नव्हतं.

पुन्हा-पुन्हा मी स्वतःला प्रश्न विचारत राहिलो. मग त्याला कसं कळलं? आम्ही दक्षिण डाकोटा राज्याची सीमा ओलांडली. त्या वेळेपर्यंत माझ्या मनात आणखी एक प्रश्न होता : हे खरं असेल काय?

रांगणाऱ्या प्राण्यांचं दालन पाहा!

खरंतर आमची ही कौटुंबिक सफर म्हणजे आनंदाचा उत्सव असणार होता, पण एका भयंकर दुःस्वप्नात त्याचं रूपांतर झालं. २००३मधील मार्च महिन्याच्या सुरुवातीला वेस्लेयान चर्चच्या जिल्हा पातळीवरील मीटिंगसाठी मला कोलोराडोमधील ग्रीले गावी जायचं होतं. त्याआधीच्या ऑगस्टपासून आमच्या कुटुंबावर संकटंच संकटं कोसळत होती. आधी माझा पाय मोडणं, मग दोन शस्त्रक्रिया, नंतर कॅन्सरच्या शक्यतेनं जिवाला लागलेला घोर – अशी जखमा आणि आजारपण यांची मालिकाच सात महिने पाठपुरावा करत होती. या सगळ्या घटनांमुळे आमच्या बँक खात्यात मोठाच खड्डा पडला होता आणि बँकेकडून तसं पत्र आल्यावर माझी खात्रीच पटली. धर्मोपदेशक म्हणून मला मिळणारा छोटासा पगार चालू होता, पण आमच्या उत्पन्नाचा मोठा स्रोत होता तो म्हणजे आमचा स्वतःचा 'गॅरेज डोअर' बिझिनेस – गॅरेजसाठी दारं पुरविण्याचा व्यवसाय. आमच्या औषधपाण्याच्या खर्चासाठी खूप मोठा कर भरावा लागला होता.

फेब्रुवारीनंतर मात्र चित्र थोडंसं पालटलं होतं. मला ग्रीले गावी बोर्ड मीटिंगसाठी जावं लागणारच होतं. म्हणून बोर्ड मीटिंगसाठीचा प्रवास हाच अविस्मरणीय कौटुंबिक सहलीत बदलायचा, असं आम्ही ठरवलं. थोडी मजा करायची संधी होती. त्यामुळे एकूणच मन प्रसन्न होऊन नव्या दमानं जगण्यासाठी हुरूप आला असता. आयुष्याचा पुढचा प्रवास उत्साहानं सुरू झाला असता.

मुलांना आवडेल अशी एक छान जागा डेनव्हर गावाच्या बाहेर आहे, असं सोनयाला समजलं होतं. त्या जागेचं नाव होतं, 'फुलपाखरांचं दालन.' 'अपृष्ठवंशीय प्राण्यांचं संग्रहालय' असं त्या 'झू'ला नाव दिलं होतं. १९९५मध्ये ते संग्रहालय सुरू झालं होतं. लोकांना आश्चर्य वाटणाऱ्या कीटकांबद्दल आणि भरती-ओहोटीच्या

वेळी पाण्यात राहणाऱ्या सागरी लहान प्राण्यांबद्दल माहिती मिळावी, यासाठी ही शैक्षणिक योजना आखण्यात आली होती. हल्ली 'झू'च्या बाहेरची प्रेइंग मॅन्टिस[१]ची – नाकतोड्याची धातूची उंच रंगीत प्रतिकृती मुलांचं स्वागत करते. परंतु २००३मध्ये मात्र त्या अजस्र कीटकानं अजून आपली जागा घेतली नव्हती. त्यामुळे डेनव्हरपासून पंधरा मिनिटांवरील उपनगरातील ही साधीसुधी विटांची इमारत तेव्हा मुलांचं आकर्षण ठरली नव्हती. आत मात्र आश्चर्यकारक जग त्यात सामावलं होतं. विशेषतः कोल्टन आणि कॅसीच्या वयाच्या मुलांसाठी.

अगदी प्रथम आम्ही थांबलो, ते 'उंच पायांवर रांगत जाणाऱ्या प्राण्यांच्या' खोलीत. तेथे काचेच्या गोल हंडीत सरपटणारे, रांगणारे छोटे किडे म्हणजे बीटलपासून गोड्या पाण्यातले मासे व कोळ्यांपर्यंत सगळे ठेवलेले होते. प्रदर्शनात मांडलेल्या एका गोष्टीने कॅसी आणि कोल्टनला लोहचुंबकासारखं खेचून घेतलं. ते म्हणजे 'टॅरन्टुला' नावाच्या विषारी कोळ्यांचा मनोरा. अगदी जाहिरातीत दाखविल्याप्रमाणे काचेच्या हंडीत तो विषारी टॅरन्टुला कोळ्यांचा पुंजका होता. ते लोकरीसारखी लव असलेले, जाडजूड पायांचे विषारी कोळी बघून एकतर त्यांची मोहिनी पडते किंवा घाबरायला होतं.

टॅरन्टुलाच्या मनोऱ्यातील वरच्या मजल्यावरील रहिवासी बघण्यासाठी कॅसी आणि कोल्टन तीन पायऱ्यांच्या घडीच्या स्टुलावर आळीपाळीने चढले. एका काचेच्या गोल हंडीत मेक्सिकोचा एक पिंगट टॅरन्टुला आतून कोपऱ्यात चिकटून बसला होता. तिथल्या माहितीदर्शक पाटीवरील वर्णनाप्रमाणे त्याचे केस अगदी देखणे, फिकट पिंगट होते. मनोऱ्यातील एका जागेत लालकाळा दिसणारा भारताचा रहिवासी टॅरन्टुला होता. रेषा-रेषा असलेल्या एका भीतिदायक टॅरन्टुलाचं नाव होतं, 'अस्थिपंजर टॅरन्टुला.' कारण त्याच्या काळ्या पायांवर पांढरे तुटक पट्टे होते, त्यामुळे तो विषारी कोळी उलटा एक्स-रे म्हणजे पांढरट भागावर काळसर त्याऐवजी काळसर भागावर पांढरा दिसत होता. आम्ही नंतर ऐकलं की, हा अस्थिपंजर टॅरन्टुला बंडखोर होता. कारण एकदा कधीतरी त्यानं कैदेतून आपली सुटका करून घेतली आणि सरळ शेजाऱ्यावर हल्ला करून त्याला खाऊन टाकलं.

कोल्टन स्टुलावर चढून तो लबाड टॅरन्टुला कसा दिसतो, ते मोठ्या उत्सुकतेनं बघू लागला आणि मध्येच मान वळवून त्यानं माझ्याकडे बघून हुंकार दिला. माझ्या अंगात उत्साह सळसळला. माझ्या मानेवरचा ताण कमी होऊ लागला आणि मनावरील दडपण कमी झाल्यासारखा मी एक सुस्कारा सोडला. कित्येक महिन्यांनंतर मी माझ्या कुटुंबाबरोबर मजा लुटत होतो.

---

१. प्रेइंग मॅन्टिस – एक प्रकारचा नाकतोडा. पुढील दोन पाय जोडून तो प्रार्थना करीत आहे, असं वाटतं.

"आई गं! ते बघा काय ते!'' कॅसी ओरडली आणि तिनं एका काचेच्या हंडीकडे बोट दाखवलं. लवलवत्या वेतासारखी शिडशिडीत अशी माझी ही सहा वर्षांची मुलगी तडफदार होती. ते तिला तिच्या आईकडून मिळालं होतं. कॅसीनं बोट दाखविलेल्या तिथल्या पाटीवर लिहिलं होतं : 'गोलाअथ – पक्ष्यांना खाणारा राक्षसी कोळी... याच्या माद्या अकरा इंचांपेक्षा मोठ्या असू शकतात.'

हंडीत असलेला कोळी अंदाजे सहा इंच लांबीचा होता. मात्र तो चांगला जाडजूड – कोल्टनच्या मनगटाएवढा – होता. काचेतून तो डोळे विस्फारून बघत होता. मी सोनयाकडे पाहिलं, तर तिनं ते पाहून नाक मुरडलं.

मला वाटतं, संग्रहालयाच्या एका स्वयंसेवकानं तिचं नाक मुरडणं पाहिलं असावं. कारण तो चटकन गोलाअथच्या बचावाला आला. हलक्याफुलक्या पद्धतीनं समजावून सांगण्याच्या सुरात तो म्हणाला, "गोलाअथ हा दक्षिण अमेरिकेचा रहिवासी आहे. आपल्याला वाटतो, तसा तो घाणेरडा नाहीये. उत्तर व दक्षिण अमेरिकेचे टॅरन्टुला फारच सालस असतात. तिकडे जाऊन तुम्ही त्यांना अगदी हातातसुद्धा घेऊ शकता.'' असं म्हणून त्यानं बोट दाखवलं. तिथे आणखी एक स्वयंसेवक आपल्या हाताच्या तळव्यावर थोडासा लहान टॅरन्टुला ठेवून तो छोट्या मुलांच्या एका घोळक्याला अगदी जवळून दाखवत होता.

कॅसी लगेच ते काय आहे, हे बघण्यासाठी तिकडे दालनाच्या दुसऱ्या टोकाला धावली. तिच्याबरोबर सोनया, कोल्टन आणि शेवटी मी. तिथे दालनाचा कोपरा बांबूच्या झोपडीसारखा सजवला होता. तिथे असलेला स्वयंसेवक सगळ्यांना दाखवत होता 'रांगणाऱ्या प्राण्यांच्या संग्रहालयाचे' निर्विवाद आकर्षण, गुलाबी रंगाचा कोळी- रोझी! गुलाबी लव असलेला तो टॅरन्टुला दक्षिण अमेरिकेतला होता. रोझीचं शरीर प्लम फळाच्या आकाराचं होतं; पण पाय मात्र सहा इंच लांबीचे, पेन्सिलीसारखे जाडजूड होते. मुलांच्या दृष्टीने महत्त्वाची गोष्ट ही होती की, तुम्ही त्याला क्षणभर जरी हातात घेण्याइतके शूर असाल, तर संग्रहालयाकडून तुम्हाला एक स्टिकर बक्षीस मिळणार होता.

तुमच्या घरात लहान मुलं असतील तर तुम्हाला नक्कीच माहीत असेल की, बहुतेकदा खाऊ आणायला दिलेल्या पैशांपेक्षा मुलांना छानसा स्टिकर जास्त हवासा वाटतो आणि हा स्टिकर तर खासच होता. पिवळ्या रंगाचं टॅरन्टुलाचं चित्र असलेल्या पांढऱ्या स्टिकरवर लिहिलं होतं – 'मी रोझीला हातावर घेतलं!'

कॅसी त्या स्वयंसेवकाच्या हाताकडे अगदी वाकून बघू लागली. कोल्टन माझ्याकडे वळून आपले निळे डोळे मोठे करून बघू लागला आणि म्हणाला, "डॅडी, मला स्टिकर मिळेल का?''

"तुला स्टिकर हवा असेल, तर रोझीला हातावर घेतलं पाहिजेस.''

रांगणाऱ्या प्राण्यांचं दालन पाहा! । ९

त्या वयात कोल्टन फार छान बोलायचा. थोडा गंभीर, श्वास रोखून, आश्चर्यचकित होऊन! तो अतिशय तरतरीत आणि आनंदी वृत्तीचा होता. आयुष्यात चांगल्याच नाहीतर वाईटही गोष्टी असतात, असं समजणारा. खेळातही तसंच. एकतर त्याला ते खूप आवडायचे, उदाहरणार्थ लेगो किंवा मग अजिबात न आवडणारे म्हणजे बार्बी बाहुल्यांसारखे खेळ. मांसाचा तुकडा त्याला फार आवडायचा; पण हिरवा घेवडा अजिबात नको असायचा. त्याच्या लेखी काही जण चांगले असायचे, तर काही वाईट. त्याची आवडती खेळणी म्हणजे काल्पनिक नायकांची खेळण्यातील चित्रं. कोल्टन या श्रेष्ठ पुरुषांना फार मानायचा. कुठेही जाताना तो स्पायडर मॅन, बॅटमॅन आणि 'टॉय स्टोरी'च्या खेळातला 'बझ लाइटइयर' या काल्पनिक नायकांची खेळण्यातील चित्रे बरोबर नेत असे. तो गाडीच्या सीटवरच्या लहान जागेत असला किंवा वेटिंग रूममध्ये, चर्चमध्ये असला तरी त्याचे काल्पनिक नायक जगाला वाचवतात, असा देखावा तयार करत असे. त्याच्या या देखाव्यात तलवार असेच. कारण दुष्टांचा नाश करण्यासाठी कोल्टनचं ते आवडतं हत्यार होतं. घरी मात्र तोच शूरवीर नायक असे. बहुतेक वेळा मी घरात पाऊल टाकत असे तेव्हा कोल्टन कमरेच्या पट्ट्याच्या दोन्ही बाजूंना खेळातल्या तलवारी खोचून आणि एक हातात घेऊन युद्धासाठी सज्ज असे आणि विचारत असे, "डॅडी! मी झोरो-झोरो खेळतोय. येणार खेळायला?"

आत्ता कोल्टन स्वयंसेवकाच्या हातातील त्या कोळ्याकडे टक लावून पाहत होता. मला वाटतं, मनाला आधार म्हणून त्याला हातात तलवार हवी असावी. जेमतेम चार फूट उंचीच्या या लहानशा मुलाला तो कोळी केवढा मोठा वाटत असेल, याची मी कल्पना करू लागलो. आमचा मुलगाही सगळे मुलगे असतात तसाच होता – धसमुसळा! मुंग्या, किडे आणि इतर सरपटणाऱ्या प्राण्यांच्या नको इतका जवळ जाणारा. तरीही त्यानं आतापर्यंत पाहिलेला कोणताही प्राणी आकारानं त्याच्या जवळजवळ तोंडाएवढा आणि स्वतःच्या केसांइतक्या लांब केसांचा नव्हता.

केसी ताठ उभी राहून हसून सोनयाला म्हणाली, "ममी, मी रोझीला हातावर घेणार, घेऊ ना?"

"ठीक आहे. पण तुझी वेळ येईपर्यंत तुला वाट बघावी लागेल," सोनयानं उत्तर दिलं.

लगेच कॅसी दोन मुलांच्या मागे रांग लावून उभी राहिली. कोल्टनचे डोळे मात्र एक मुलगा व नंतर एक मुलगी त्या अवाढव्य कोळ्याला हातावर घेत होती तिकडे लागले होते. प्राणिसंग्रहालयाचा स्वयंसेवक त्यांना स्टिकर बक्षीस देत होता, तिकडे तो लक्षपूर्वक बघत होता. लवकरच कॅसीच्या कसोटीचा क्षण आला. कोल्टन माझ्या पायांना चिकटला. एकीकडे तो आपल्या बहिणीच्या जवळ उभा राहून बघत होता. त्याच वेळी माझे पाय ढकलून पळून जाण्याच्या तयारीतही होता. कॅसीने

१० । स्वर्गाचा साक्षात्कार

आपल्या हातांचा तळवा पुढे केला. आम्ही सर्व जण रोझीकडे बघत होतो. एक वयस्कर हात आणि दुसरा लहानसा कोवळा हात... उत्सुक प्रेक्षक... आणि एकेक केसाळ पाय उचलत तो सरसर चालत एखाद्या पुलावरून जावं, तसा त्या स्वयंसेवकाच्या हातातून कॅसीच्या आणि लगेच स्वयंसेवकाच्या हातात परत आला.

स्वयंसेवक ओरडला, "शाब्बास! तू करून दाखवलंस!" सोनयानी आणि मी टाळ्या वाजवून तिचं कौतुक केलं – "मस्त काम केलंस!" मग तो स्वयंसेवक उभा राहिला आणि त्यानं मोठ्या गुंडाळीतला एक पांढरा-पिवळा स्टिकर कापून कॅसीला दिला.

आता कोल्टनची स्थिती अधिकच वाईट झाली. एकतर त्याच्या बहिणीने त्याच्यावर कुरघोडी केली होती. शिवाय त्याच्या एकट्याकडेच स्टिकर नव्हता. कॅसीच्या बक्षिसाकडे तो मोठ्या ओढीनं बघत होता आणि मग पुन्हा रोझीकडे. तो जणू आपल्या भीतीशी झगडत होता. शेवटी रोझीवरची दृष्टी काढून ओठ घट्ट मिटत त्यानं माझ्याकडे पाहून म्हटलं, "मी नाही त्याला हातावर घेणार."

"ठीक आहे," मी म्हणालो.

"मला स्टिकर मिळेल का?"

"अजिबात नाही. तो मिळवायचा असेल, तर रोझीला हातात घ्यायला हवं. कॅसीनं घेतलं. तुला पाहिजे असेल, तर तूही घे. तुला प्रयत्न करायचा आहे का? जास्त नाही, अगदी एक सेकंदच हातावर घ्यायचं."

कोल्टननं पुन्हा एकदा कोळ्याकडे आणि बहिणीकडे पाहिलं. त्याच्या डोळ्यांवरून कळत होतं की, त्याचा बेत बदलतोय. कॅसीनं त्याला घेतलं.... *तिला काहीसुद्धा झालं नाही.*

तो डोकं नकारार्थी हलवून हट्टीपणाने म्हणाला, "*तरीसुद्धा मला स्टिकर हवाय.*" त्या वेळी कोल्टनला चार वर्षं पुरी व्हायला दोन महिने होते. तरी तो आपल्या मताला घट्ट चिकटून असे.

सोनया म्हणाली, "तू रोझीला हातावर घेतलंस तरच तुला स्टिकर मिळेल. कोळी हातावर घ्यायचा नाही, हे नक्की ना?"

कोल्टन सोनयाचा हात घट्ट पकडून तिला त्या स्वयंसेवकापासून दूर ओढत म्हणाला, "नाही... मला स्टारफिश बघायचाय."

"नक्की ना?" सोनयानं विचारलं.

जोरजोरात मान हलवत कोल्टन 'रांगणाऱ्या प्राण्यां'च्या दालनाच्या दाराकडे चालू लागला.

‘पास्टर इयीब’

पुढच्या दालनात आम्हाला काचेच्या मोठ्या पेट्या रांगेनं मांडलेल्या दिसल्या. दालनात कृत्रिम तळी केलेली होती. आम्ही सगळीकडे फिरलो. तिथे स्टारफिश, मऊ शरीराचे व पाठीचा कणा नसलेले ऑक्टोपससारखे जलचर ठेवलेले होते. काही पेट्यांत मोहोरासारखी दिसणारी समुद्रातील रानटी फुलं होती. कॅसी आणि कोल्टन ते सगळं बघून चकित झाले. कृत्रिम तळ्यात हात बुडवून त्यांनी त्या अनोख्या जलचरांना स्पर्शही केला.

पुढच्या प्रचंड मोठ्या विभागात आम्ही प्रवेश केला. तिथे जंगलातल्या झाडांची दाटी होती. वेली अस्ताव्यस्त वाढल्या होत्या आणि झाडांच्या फांद्या आकाशाला भिडल्या होत्या. मी ताडाच्या झाडांच्या गर्दीत घुसलो. तिथे कोल्टनच्या गोष्टींच्या पुस्तकातून आल्यासारखी वाटणारी, कधी न पाहिलेली वेगळीच परदेशी फुलं दिसली. आमच्याभोवती असंख्य फुलपाखरं उडत होती, गिरक्या घेत होती.

मुलं नवीन-नवीन काहीतरी बघत होती. माझ्या मनात मात्र मागच्या उन्हाळ्यातील घटना रेंगाळत होत्या. त्या वेळी दरवर्षीप्रमाणे मी आणि सोनया संमिश्र सॉफ्टबॉलच्या मॅचेस खेळत होतो. आम्ही जरी ‘वयस्करांच्या टीम’मधून खेळत असलो, तरी बहुधा पहिल्या पाच टीममध्ये आमची टीम असायची. अर्थात वयस्कर म्हणजे सगळे तिशीतले होते. बाकी टीम्स कॉलेज विद्यार्थ्यांच्या होत्या. आता विचार करताना माझ्या लक्षात येतंय की, आमच्या कुटुंबाच्या सात महिन्यांच्या कसोटीला सुरुवात झाली, ती २००२च्या सीझनमधल्या शेवटच्या मॅचच्या शेवटच्या गेमच्या वेळी. हा दुर्दैवाचा खेळ एका दुखापतीने सुरू झाला होता. मी सेन्टर फील्डला खेळत होतो. सोनया आउट फील्डला एक भक्कम खेळाडू म्हणून खेळत होती. त्या वेळी सोनयानं लायब्ररी सायन्समध्ये ‘मास्टर्स’ पदवी मिळविली होती. मी अगदी पहिल्या

वर्षाचा विद्यार्थी होतो, तेव्हाच बार्टलेसव्हिल वेस्लेयान कॉलेजच्या चौकात माझं सोनयाकडे लक्ष वेधलं गेलं होतं आणि त्या वेळेपेक्षासुद्धा आता ती मला जास्त आकर्षक वाटत होती.

उन्हाळा संपत आला होता, तरी हवेतल्या उष्णतेमुळे दिवस अतित्रासदायक वाटत होते. पाऊस पडावा असं वाटत होतं. आम्ही इम्पीरिअलपासून वीस मैलांवर असलेल्या वॉनेटा या लहानशा गावी गेलो होतो. तिथे डबल एलिमिनेशन मॅचेस – बाद पद्धतीने खेळलेल्या दुहेरी स्पर्धा होत्या. मध्यरात्रीच्या दरम्यान निळ्या-पांढऱ्या प्रकाशात आम्ही झुंजत होतो.

मला आता स्कोअर नक्की आठवत नाही; पण आमचा खेळ तेव्हा संपत आला होता आणि जिंकणं आमच्या आवाक्यात होतं. मी डबल मारून दुसऱ्या बेसवर थांबलो होतो. आमचा दुसरा फलंदाज आला आणि त्यानं बॉल मारला तो सेन्टर फील्डमधल्या गवतावर जाऊन पडला. मला चांगली संधी मिळाली. बाहेरच्या बाजूचा क्षेत्ररक्षक बॉल उचलायला धावला, तेव्हा मी तिसऱ्या बेसकडे धावलो.

बॉल आतल्या बाजूला टाकलेला मला कळला. तिसऱ्या बेसवरच्या खेळाडूने घाईने ओरडून मला सूचना केली : "घसरत ये... फास्ट... घसरत ये!"

त्याबरोबर मी एकदम धापा टाकत कमरेखाली घसरत जमिनीवर आदळलो. माझ्या कमरेच्या डाव्या बाजूखालची लाल माती भसकन उडाली. विरुद्ध टीमच्या तिसऱ्या बेसमननं आपला हातमोजा घातलेला हात बॉल पकडायला पुढे केलेला मी पाहिला आणि त्याच क्षणी – कऽऽ डाऽ ड....

माझ्या पायाचं हाड मोडण्याचा आवाज एवढा मोठा झाला की, मला वाटलं लांबनं फेकलेला बॉलच माझ्यावर आदळला. माझ्या पावलात, घोट्यात जणू आगडोंब उसळला. मी पाठीवर पडलो. मरणप्राय यातना झाल्याने मी माझा गुडघा पोटापर्यंत ओढून घेतला. वेदना मला जाळत होती आणि मला अंधूकसं आठवतं की, माझ्या भोवतीची धूळ कमी होऊन सगळीकडे पायच पाय दिसत आहेत आणि... नंतर काळजीयुक्त चेहरे... आमचे दोन इमर्जन्सी मेडिकल स्वयंसेवक माझ्या मदतीला धावले आहेत.

काय झालं, हे बघण्यासाठी सोनया धावत आल्याचं मला आठवतंय. माझा पाय धड राहिला नाहीये, पूर्ण मोडलाय हे तिच्या चेहऱ्यावरूनच मला कळलं. तिनं चट्कन आमच्या इमर्जन्सी मेडिकल तंत्रज्ञांना कामाला लावलं. वीस मैलांवरच्या हॉस्पिटलमध्ये गेल्यावर काढलेल्या एक्स-रेमध्ये दोन ठिकाणी अगदी भयानक तऱ्हेनं हाड मोडल्याचं आढळलं. माझ्या पायाच्या खालच्या भागातलं मोठं हाड डॉक्टरांच्या म्हणण्याप्रमाणे, वेडंवाकडं – स्पायरल ब्रेक – मोडलं होतं. त्या हाडाचं प्रत्येक टोक न्हाव्याच्या वस्तऱ्यासारखं टोकदार होऊन भोक पाडायलासुद्धा उपयोगी

'पास्टर इयोब'। १३

पडलं असतं. माझ्या घोट्याचेसुद्धा दोन तुकडे झाले होते. बहुतेक त्याचाच आवाज मी ऐकला होता. हाड मोडल्याचा तो आवाज इतका मोठा होता की, प्रेक्षकांच्या पहिल्या रांगेत तो ऐकू गेला होता. अर्थात हे मला नंतर कळलं.

फुलपाखरांच्या मोठ्या दालनात कॅसी आणि कोल्टन आमच्यापुढे नाचत असलले मी आणि सोनया बघत होतो, तरी माझ्या डोक्यात मात्र तो हाड मोडल्याचा आवाज घुमत होता. मुलं एका लहानशा पुलावर थांबली होती आणि खालच्या छोट्या तळ्यात बोटं दाखवत बडबडत होती. फुलपाखरांचे थवेच्या थवे आमच्याभोवती तरंगत होते. फुलपाखरांची नावं सांगता यावीत म्हणून तिथल्या टेबलावर विकत घेतलेली पुस्तिका मी चाळू लागलो. तिथे गर्द निळे-हिरवे पंख असलेली 'ब्लू मॉर्फस' प्रकारची फुलपाखरं होती. वर्तमानपत्राचे लहान कातरलेले तुकडे हलके-हलके हवेतून तरंगत यावेत, तशी तरंगणारी काळी-पांढरी 'पेपर काइट्स' होती. ताज्या आंब्याच्या रंगाचे पंख असलेली उष्ण प्रदेशातील 'क्लाउडलेस सल्फर' होती.

या वेळेपर्यंत मी न लंगडता चालू शकत होतो, याचाच मला आनंद वाटत होता. वेडवाकडं हाड मोडलेल्या ठिकाणी येणारी कापल्यासारखी तीव्र कळ सोडली, तर अपघाताचा दुसरा तत्काळ होणारा परिणाम होता आर्थिक. कारण गॅरेजचं दार बसवताना दहा पौंड वजनाचा साचा ओढत नेणं आणि शिडीवर खाली-वर करणं कष्टांचं होतं– विशेषतः गुडघा अजून नीट वाकवता येत नसताना. आमची बँकेतील शिल्लक झपाट्याने कमी झाली होती. धर्मोपदेशकाच्या कष्टार्जित पगारातून साठविलेली थोडीशी शिल्लक काही आठवड्यांतच संपून गेली होती. त्यामुळे आमचं उत्पन्न अर्ध्यावर आलं होतं.

खरं दुःख पैशापलीकडचं होतं. मी अग्निशामक दलाचा स्वयंसेवक आणि हायस्कूलचा कुस्ती शिक्षक अशी आणखी दोन्ही कामं करत होतो. माझ्या निरुपयोगी पायामुळे या दोनही गोष्टी मी करू शकत नव्हतो. रविवारचे दिवस म्हणजे एक आव्हानच ठरत होतं. कारण प्रवचन करताना इकडेतिकडे फिरायची मला सवय होती. मी अगदी सारखं इकडेतिकडे फिरत भडक शब्दांत प्रवचन करणारा धर्मोपदेशक नसलो, तरी धर्मोपदेशकाचा झगा घालून अगदी मृदू शब्दांत सार्वजनिक प्रार्थना म्हणणाराही नव्हतो. मी खरंतर गोष्टीवेल्हाळ आहे आणि गोष्टी सांगताना इकडेतिकडे फिरावं हे लागतंच. आता मात्र मला एक पाय दुसऱ्या खुर्चीवर पसरून नौकेच्या डोलकाठीसारखं बसावं लागत होतं. रविवारचं प्रवचन करताना मला बसायला सांगणं, म्हणजे एखाद्या इटालियन माणसाला बोलताना हातवारे न करायला सांगण्यासारखं आहे. माझ्या जखमेमुळे झालेल्या त्रासाला मी तोंड दिलं खरं; पण मला हे माहीत नव्हतं की, हा त्रास म्हणजे माझ्या खचण्याच्या प्रक्रियेची पहिली पायरीच आहे.

१४ । स्वर्गाचा साक्षात्कार

ऑक्टोबर महिना होता. कुबड्या घेऊन मी इकडेतिकडे अडखळत चालायला लागलो होतो. एका सकाळी मी उठलो, तेव्हा पाठीच्या खालच्या भागात मला थोडा ठणका जाणवला. काय झालंय ते माझ्या चटकन लक्षात आलं : किडनी स्टोन्स! – नक्कीच मुतखडा!

पहिल्यांदा मला जेव्हा किडनी स्टोनचा त्रास झाला, तेव्हा तो आकाराने सहा मिलिमीटर एवढा होता. शस्त्रक्रियाही करावी लागली होती. या वेळी मात्र सगळ्या चाचण्या केल्यावर डॉक्टरांनी सांगितलं की, मूत्रपिंडातील खडे लहान आहेत, आपोआप पडून जातील. ही गोष्ट योग्य आहे की नाही, हे मला माहीत नव्हतं. पण तीन दिवसांत सगळे स्टोन्स पडून गेले खरे. नंतर एकदा वॅगनच्या मागच्या दारात हाताचं मधलं बोट चिमटून त्याचं टोकच कापलं गेलं. कुकी बिस्किटं भाजताना जशी होते, तशी आगआग झाली. माझ्या पायाचे चार तुकडे झाले, तेव्हाही इतकं दुखलं नव्हतं!

तरी मी वाचलो. तीन महिने कुबड्या घेऊन कसंतरी अडखळत चालल्यावर नोव्हेंबर महिन्यात मी तपासणीसाठी गेलो.

''पाय चांगल्यापैकी सांधतोय. तरीही तो अजून प्लास्टरमध्ये राहायला हवा.'' अस्थितज्ज्ञांनी सल्ला दिला. ''तुला आणखी काही होतंय का?''

खरंतर काहीतरी होत होतं; पण ते सांगणं मला अवघड वाटत होतं. माझ्या छातीच्या डाव्या भागात स्तनाग्राच्या– निपलच्या बरोबर खाली एक गाठ तयार झाली होती. मी उजव्या हाताने सगळं करत होतो. लिहिताना डाव्या कुबडीवर बराच वेळ ओठंगत होतो. मला वाटलं की, कुबडीचा काखेतला भाग माझ्या छातीवर कित्येक आठवडे अनेक वेळा घासला गेला असेल आणि त्यामुळे घासून-घासून कातडीखाली घट्टा आला असेल.

डॉक्टरांनी लगेच ती शक्यता फेटाळून लावली. ''कुबड्यांमुळे असं होणं शक्य नाही,'' ते म्हणाले, ''मला सर्जनना बोलावण्याची आवश्यकता वाटते.''

सर्जन डॉ. टिमोथी ओ'हॉलरन यांनी तीक्ष्ण सुई घालून नीडल-बायोप्सी केली. काही दिवसांनी त्याचा रिपोर्ट आला– हायपरप्लासिया – म्हणजेच छातीच्या कॅन्सरची सूचना देणारी प्राथमिक अवस्था! मला धक्काच बसला.

ब्रेस्ट कॅन्सर! आधीच पाय मोडलेल्या, स्टोननी त्रासलेल्या माणसाला आता *ब्रेस्ट कॅन्सर?* माझा विश्वासच बसेना.

माझ्या जिल्ह्यातल्या इतर धर्मोपदेशकांना जेव्हा हे सर्व समजलं, तेव्हा त्यांनी मला 'पास्टर इयोब' म्हणायला सुरुवात केली. एका मागोमाग एक विलक्षण तडाखे बसलेल्या बायबलमधील एका माणसाचं नाव होतं, 'पास्टर इयोब' आणि आता सर्जननी लम्पॅक्टोमी – स्तन काढण्याची शस्त्रक्रिया – करायचं ठरवलं होतं. अशीच

'पास्टर इयोब'। १५

शस्त्रक्रिया कॅन्सरचा संशय असलेल्या एखाद्या स्त्रीच्या बाबतीत केली गेली असती.

आमच्या मध्यपश्चिम प्रदेशातील एक खंबीर स्त्री म्हणून ओळखल्या जाणाऱ्या सोनयानं या बाबतीतही व्यवहारी दृष्टी ठेवली. डॉक्टरांनी जर शस्त्रक्रिया करायला सांगितली आहे, तर आपण ती करणंच योग्य. आपलं कुटुंब यातून नक्कीच पार होईल.

मलाही तसंच वाटत होतं. त्याच वेळी मला स्वतःची कीवही वाटायला लागली होती. खरं म्हणजे मी कुबड्यांनी अडखळत चालण्याला कंटाळलो होतो आणि लम्पॅक्टोमी ही शस्त्रक्रिया संपूर्ण जगातच पुरुषांवर क्वचितच केली जाते. मी चर्चच्या वरिष्ठ सदस्यांना बराच काळ विनंती करत होतो की, एखादा मदतनीस घेण्यासाठी मला पैसे द्यावे. दुसऱ्यांदा किडनी स्टोन झाल्यावर मात्र सदस्यांनी मदतनिसाचं पद मंजूर केलं होतं. यामुळे मला कृतज्ञता वाटायला हवी होती. उलट चिडून मी विचार करू लागलो : *म्हणजे आता ही छोटीशी मदत मिळविण्यासाठी माझी कॅन्सरची चिकित्सा आणि पांगळेपण कामाला यावं का?*

एक दिवशी दुपारी माझं स्वतःचीच कीव करणं खूपच वाढत गेलं. मी चर्चच्या इमारतीच्या पहिल्या मजल्यावर होतो. तिथे खाली तळघरात स्वयंपाकघर, शिक्षणासाठी वर्ग आणि सहकाऱ्यांना बसण्यासाठी मोठी खोली, असं बांधकाम केलं होतं. मी नुकतंच काही लिखाण संपवलं होतं आणि कुबड्या वापरत पायऱ्या चढू लागलो. अगदी तळाशी उभं राहून पहिल्या पायरीवर पाऊल ठेवून मी परमेश्वरावर चिडू लागलो. ''हे तू चांगलं केलं नाहीस. हे सगळं मला भोगावं लागतंय आणि मला आवश्यक असलेली मदत त्यांच्याकडून घेऊन अशा करुणाजनक स्थितीत स्वतःला पाहावं लागतंय.'' एका वेळी एक कुबडी पुढच्या पायरीवर ठेवून मी वर जाण्यासाठी धडपडू लागलो.

मीच हुतात्मा आहे, अशा धुंदीत मी पायऱ्या चढून वरती पोहोचलो आणि एक बारीक आवाज माझ्या हृदयातून उमटला : *आणि माझ्या पुत्रानं तुझ्यासाठी काय केलं?*

माझ्या स्वार्थीपणाची शरम वाटून मी गप्प झालो. जीझसनं आपल्या शिष्यांना काय सांगितलं होतं, ते मला आठवलं : ''शिष्य गुरूपेक्षा श्रेष्ठ असत नाही आणि चाकर त्याच्या मालकापेक्षा मोठा असत नाही.'' नक्कीच गेले काही महिने मी त्रासात होतो. तरी या जगातही खूपशी माणसं अगदी या घटकेलासुद्धा जी दुःखं भोगत होती, त्याच्या तुलनेत माझी दुःखं काहीच नव्हती. परमेश्वरानं काही श्रद्धाळू व्यक्तींना माझ्याकडे पाठवलं होतं. त्यांची सेवा करण्याची, जोपासना करण्याची व त्यांना मार्गदर्शन करण्याची जबाबदारी माझी होती. ती माझी जबाबदारी होती, हे माझं भाग्यच होतं आणि मी तर इथे परमेश्वराला दोषी ठरवत होतो. कारण काय, तर ते श्रद्धाळू माझी सेवा करत नव्हते.

''परमेश्वरा! मला क्षमा कर,'' मी म्हणालो आणि माझ्या कुबड्या जणू देवदूताचेच पंख असल्यासारखा मी सहज पुढे झेपावलो.

चर्च मला 'मदत' करत होतं, हे तर खरंच होतं. केवळ माझ्यासाठी स्वतंत्र प्रार्थना ठेवून माझ्याबद्दल प्रेम व्यक्त करत होतं. एके दिवशी सकाळी डॉ. ओ'हॉलरन यांनी मला घरी फोन केला आणि एक आश्चर्यकारक बातमी सांगितली की, माझा तपासणीला दिलेला टिश्यू सौम्य होता. एवढंच नव्हे, तर अगदी सर्वसामान्य स्थितीत होता. चांगल्या स्थितीतील टिश्यू! डॉक्टर म्हणाले, ''मला खरंच सांगता येत नाही कसं ते. कारण बायोप्सीमध्ये तर नक्कीच हायपरप्लासिया दिसत होता. म्हणजे लम्पॅक्टोमीच्या वेळी जो टिश्यू काढला होता, त्यातही तेच दिसायला हवं होतं, पण टिश्यू चांगल्या स्थितीत आहे. हे कसं घडलं, हे मला सांगता येणार नाही.''

मला कळलं : परमेश्वरानं एक लहानसा चमत्कार करून माझ्यावरचं प्रेम व्यक्त केलं होतं.

कोल्टनचा कणखरपणा

पुढच्याच महिन्यात माझ्या पायाचं प्लॅस्टर काढलं गेलं. कॅन्सर ऑपरेशन आणि किडनी स्टोन हे सगळं पार पडलं. पुन्हा चालणं सुरू करायला मला दोन महिने लागले. सुरुवातीला एका विशिष्ट काठीचा आधार घेऊन, नंतर चांगलंच लंगडत-लंगडत मी फिरू लागलो. माझे कुपोषित स्नायू हळूहळू सशक्त होऊ लागले होते. फेब्रुवारी महिन्यापर्यंत मी थोडासा स्वावलंबी झालो. मार्च महिन्यातील पहिल्या आठवड्यात कोलोराडोमधील ग्रीले गावी असलेल्या चर्चच्या जिल्हा बोर्डच्या मीटिंगसाठी जायला मी तयार होतो.

''तू कुठेतरी बाहेर जाणं आवश्यक आहे,'' बोर्ड मीटिंगच्या आधी दोन आठवडे सोनया मला म्हणाली, ''तू बाहेर कुठेतरी जा आणि थोडी मजा कर.''

म्हणूनच आता आम्ही या फुलपाखरांच्या दालनात होतो. एक 'मोनार्क' फुलपाखरू आपले काळे ठिपके असलेले जर्द केशरी काचेसारखे पंख हलवत जवळून उडालं. आमची ही सहल घडली, याबद्दल मी मनातल्या मनात परमेश्वराचे आभार मानले.

गुरुवारी म्हणजे दोनच दिवस अगोदर कोल्टन आपलं पोट दुखतंय अशी तक्रार सोनयाकडे करत होता. मी आधीच ग्रीलेला गेलो होतो. सोनया त्या वेळी इम्पीरिअल हायस्कूलमध्ये 'टायटल वन' वर्गाला शिकवत होती. शाळेसाठी दुसरा कोणी पर्यायी शिक्षक देण्याऐवजी सोनयानं कोल्टनला आमच्या नॉर्मा डॅनट या अगदी जवळच्या मैत्रिणीच्या घरी नेऊन तिला त्याच्यावर लक्ष ठेवायला सांगितलं होतं. त्यामुळे सोनयाला कामासाठी बाहेर पडता आलं असतं. नॉर्मा ही आमच्या मुलांची आवडती मावशी होती आणि ती लगेच 'हो' म्हणाली. दुपारी सोनयाचा फोन वाजला. ती नॉर्मा होती. कोल्टनची स्थिती झपाट्याने खालावत होती. त्याला थंडी

१८ । स्वर्गाचा साक्षात्कार

वाजून ताप आला होता. जवळपास पूर्ण सकाळ तो ब्लँकेट गुंडाळून काहीही हालचाल न करता नॉर्माच्या पलंगावर पडून राहिला होता.

"तो म्हणतोय त्याला थंडी वाजतेय, पण त्याला खूप घाम येतोय," नॉर्मा म्हणाली. तिला खूप काळजी वाटत होती. ती म्हणाली की, कोल्टनचं कपाळ अश्रूंएवढ्या मोठमोठ्या घामाच्या थेंबांनी भरून गेलं होतं.

नॉर्माचा नवरा ब्रायन घरी आला होता. त्यानं कोल्टनला बघितलं आणि इमर्जन्सी रूममध्ये नेण्याइतका तो आजारी आहे, असं त्यानं ठरवलं. सोनयानं फोन करून मला ग्रीलेला ही बातमी सांगितली. जखमा आणि आजारपण यांची मालिका संपल्याचा उत्सव साजरा करणारी आमची सहल रद्द होत आहे, असं मला वाटलं... त्याचं कारणही आजारपणच!

सोनयानं आपलं काम लवकर संपवून चटकन नॉर्माच्या घरातून कोल्टनला उचललं आणि त्याला डॉक्टरांकडे नेलं. त्यांनी सांगितलं की, 'स्टमक-फ्लू'ची गावात साथ आहे. त्या रात्री आमची सहल अधांतरी राहिली. ग्रीलेमध्ये मी आणि इम्पीरिअलमध्ये सोनयानं अशा वेगवेगळ्या ठिकाणी आम्ही प्रार्थना केली की, आमची सहल होण्याइतकं कोल्टनला बरं वाटू दे. सकाळीच आम्हाला उत्तर मिळालं : होय, तो बरा आहे.

त्या रात्री कोल्टनचा ताप उतरला. शुक्रवारी दुपारपर्यंत तो नेहमीसारखा झाला. सोनयानं फोन केला आणि सांगितलं, "आम्ही निघालो आहोत."

आणि आता आम्ही या फुलपाखरांच्या दालनात होतो. सोनयानं घड्याळात वाजले किती ते बघितलं. आम्ही पूर्वी ठरल्याप्रमाणे ग्रीले वेस्लेयान चर्चचे धर्मोपदेशक स्टीव्ह विल्सन आणि त्यांची पत्नी रिबेका यांना संध्याकाळी जेवणासाठी भेटणार होतो. मुलांना मात्र हॉटेलमधल्या पोहण्याच्या तलावात डुंबायचं होतं. मार्च महिन्यात इम्पीरिअलमध्ये पोहणं अशक्य असतं. त्यामुळे ही अगदी क्वचित मिळणारी संधी होती. सोनया म्हणाली, "ठीक आहे. तोर्यंत आपण परत हॉटेलवर जाऊ."

मी सोनयाकडे पाहिलं आणि नंतर कोल्टनकडे. "हाय दोस्त! आता निघण्याची वेळ झाली. तुला रोझीला हातावर घ्यायचं नाहीये हे नक्की ना?" मी म्हणालो, "स्टिकर मिळवायची ही शेवटची संधी. काय म्हणणं आहे तुझं?"

कोल्टनच्या चेहऱ्यावर भावनांचा खेळ जाणवला. चटकन बदलणाऱ्या हवामानात ऊन-पावसाचा खेळ व्हावा त्याप्रमाणे. तो घाबरल्याबद्दल त्याची मोठी बहीणसुद्धा त्याला थोडं चिडवत होती. कोल्टनचे डोळे बारीक झाले आणि निश्चय केल्यासारखं त्यानं तोंड घट्ट आवळलं, हे माझ्या लक्षात आलं : त्याला तो स्टिकर हवाच होता.

तो म्हणाला, "ठीक आहे. मी रोझीला हातावर घेईन; पण अगदी थोडा वेळ."

त्याचं मन बदलायच्या आधी आम्ही सगळे जण घाईघाईने रांगणाऱ्या प्राण्यांच्या

कोल्टनचा कणखरपणा । १९

दालनात आलो. मी त्या स्वयंसेवकाला पकडलंच आणि म्हणालो, ''हा कोल्टन. त्याला स्टिकरसाठी प्रयत्न करायचाय.''

स्वयंसेवक गालातल्या गालात हसला आणि खाली वाकून म्हणाला, ''ठीक आहे, कोल्टन. तू तय्यार आहेस?''

माझ्या मुलानं आपला हात एखाद्या फळीसारखा ताठ पुढे केला आणि मी वाकून त्याचा हात माझ्या हातात घेत त्याला आधार दिला.

स्वयंसेवक म्हणाला, ''आता तर हे अगदी सोप्पं आहे कोल्टन. फक्त तुझा हात ताठ ठेव आणि हलू नकोस. रोझी अगदी शांत आहे. तो तुला अजिबात दुखापत करणार नाही.''

स्वयंसेवकाने त्याचा हात किंचित उंचावला. लगेच रोझी आदबीने कोल्टनच्या हातावर उतरला आणि पुन्हा दुसऱ्या बाजूला तसाच धरून ठेवलेल्या स्वयंसेवकाच्या हातावर आला. त्यानं आपला वेग जरासुद्धा कमी केला नाही. आम्ही सगळ्यांनी एकदम आनंदानं कोल्टनचं कौतुक केलं. तो स्वयंसेवक त्याला स्टिकर देत असताना त्याच्यासाठी टाळ्या वाजवल्या. त्यानं आपल्या भीतीवर मात केली होती. त्याच्यासाठी तो मोठा विजय होता. त्या परिपूर्ण दिवसातला हा क्षण म्हणजे जणू केकवरचं गोड आयसिंग!

फुलपाखरांच्या दालनातून बाहेर पडल्यावर मागचे काही महिने माझ्या डोळ्यांसमोर उभे राहिले. मोडका पाय, किडनी स्टोन्स, कामं न मिळणं, आर्थिक ओढाताण, तीन शस्त्रक्रिया आणि कॅन्सरची शक्यता या सर्व गोष्टी अर्ध्या वर्षाच्या काळात घडल्या यावर विश्वास ठेवणं कठीण होतं. प्रथमच माझ्या लक्षात आलं की, प्रत्येक वेळी मी सतत लढाई करतोय, अशी भावना माझ्या मनात होती. गेले कित्येक महिने मी माझं चिलखत चढवून आयुष्यातला पुढचा जबरदस्त ठोसा केव्हा बसेल याचीच वाट बघत होतो. मागच्या उन्हाळ्यापासून मी प्रथमच पूर्ण चिंतारहित होतो.

मुष्टियुद्धाच्या या रूपकाविषयी मी आणखी थोडा वेळ जरी विचार केला असता, तरी त्याच्या तर्कावर आधारलेल्या सिद्धान्तापर्यंत पोहोचलो असतो. मुष्टियुद्धात लढवय्ये खेळाडू काही नाठाळ ठोसे पचवतात. कारण ते सोसायची त्यांची तयारी असते. पण सर्वसाधारणपणे चीत करणारा ठोसा हा त्यांनी अपेक्षिलेला नसतो.

धोक्याची घंटा

त्या दिवशी संध्याकाळी कॅसी आणि कोल्टन कोलोराडोमधील ग्रीले गावात ओल्ड शिकागो रेस्टॉरन्टमधील एका गोल छत्रीखाली बसले होते. दोघांनी लहानशा कपड्यांच्या आत पोहण्याचा पोशाख घातला होता आणि ते चित्रं रंगवत मजेत बसले होते. मी आणि सोनया त्या वेळी धर्मोपदेशक स्टीव्ह विल्सन आणि त्यांची पत्नी रिबेका यांच्याबरोबर गप्पा मारत होतो. आम्ही नुकतंच मुलांचं आवडतं पिझ्झा, स्पगेटी आणि गार्लिक ब्रेड असं मस्त इटालियन पद्धतीचं जेवण घेतलं होतं.

स्टीव्ह हा चर्चचा वरिष्ठ धर्मोपदेशक होता. तिथे १५०० ते २००० माणसं चर्चमध्ये येतात. जवळजवळ तेवढीच लोकसंख्या आमचं राहण्याचं गाव इम्पीरिअलची होती. आपल्या जिल्ह्यातील दुसऱ्या धर्मोपदेशकाची ओळख होणं आणि ते आपलं चर्चसंबंधीचं काम कसं करतात, याची माहिती मिळणं ही सोनया आणि माझ्यासाठी चांगली संधी होती. दुसऱ्याच दिवशी ग्रीले वेस्लेयान चर्चला भेट द्यायचं आम्ही ठरवलं. विशेषतः सोनयाला रविवारी सकाळी मुलांसाठी होणारा कार्यक्रम बघण्याची इच्छा होती. रिबेका तरुण पिढीबरोबर संवाद साधण्यासाठी आणि छोट्या मुलांबरोबर पेन्टिंग करण्यासाठी आपला वेळ देत होती.

"वा! कोल्टन, तू तो पिझ्झा खरंच छान रंगवतोयस." रिबेकानं कौतुक केलं. कोल्टन विनयशीलपणे अगदी क्षीण असा हसला; पण लगेच शांत बसला. काही मिनिटांनी तो म्हणाला, "ममी, माझ्या पोटात दुखतंय."

सोनया आणि मी एकमेकांकडे पाहिलं. पुन्हा स्टमक फ्लूचा त्रास सुरू झाला की काय? सोनयानं आपला पालथा पंजा कोल्टनच्या गालाला लावला आणि मान हलविली, "बाळा, तुला ताप वाटत नाहीये ना?"

"मला उलटी होणार असं वाटतंय," कोल्टन म्हणाला.

"ममी, मला पण बरं वाटत नाहीये," कॅसी म्हणाली.

आम्हाला वाटलं, आम्ही जे खाल्लं त्याचा हा परिणाम असावा. दोनही मुलांना बरं वाटत नसल्याने आम्ही जेवण लवकर आटोपतं घेतलं, विल्सन पति-पत्नीचा निरोप घेतला आणि रेस्टारन्टच्या पार्किंगसमोरच असलेल्या हॉटेलकडे गेलो. आम्ही दार उघडून खोलीत शिरतो न शिरतो तोच, कोल्टनने सांगितलेलं खरं ठरलं. त्याला गालिच्यावरच उलटी झाली. तरी सोनयानं त्याला चटकन खोलीमधल्या लहानशा बाथरूममध्ये नेलं. तिथेही त्याला उलटी झाली.

बाथरूमच्या दारात उभं राहून मी लहानशा देहाच्या कोल्टनला बघत होतो. वाकलेल्या अवस्थेत त्याला पुन्हा-पुन्हा उलट्या येत होत्या. हे साधंसुधं खाण्यातून झालेलं विषबाधेचं प्रकरण दिसत नव्हतं.

म्हणजे तो स्टमक फ्लू असणार, ठीक आहे. मी विचार केला.

अशा तऱ्हेनं संध्याकाळची सुरुवात झाली. घड्याळ लावल्याप्रमाणे दर अर्ध्या तासानं कोल्टनला उलट्या सुरूच राहिल्या. मधल्या वेळेत सोनया कोल्टनला मांडीवर घेऊन बाजूला एका गादीच्या खुर्चीवर बसून राहिली. उलटी आल्यावर बाथरूमपर्यंत जायला जमलं नाहीतर उपयोगी पडावी, म्हणून तिनं खोलीमधली बर्फ ठेवायची लहान बादली आपल्याजवळ ठेवली होती. दोन तासांनी आमचं दुसरं मूलही या चक्रात सापडलं. कोल्टन बाथरूममधील टॉयलेटमध्ये उलटी करत होता. सोनया त्याच्याजवळ गुडघे टेकून बसून त्याच्या पाठीवर हात फिरवत होती, तोच कॅसी आत धावली आणि तिनं टबात उलटी केली.

"टॉड!" सोनयानं हाक मारली, "मला इथे मदत हवी आहे."

माझ्या मनात आलं : *छान, आता तर हे दोघांनाही सुरू झालं.*

की त्यांना ते आधीच सुरू झालं होतं? दोनही मुलांना बाथरूममधून झोपायच्या खोलीत हलवू शकल्यावर सोनया आणि मी मिळून विचार करू लागलो. कोल्टनला स्टमक फ्लूचा झटका आदल्याच दिवशी आला होता तरी 'फुलपाखरांच्या दालनात' तो पूर्ण दिवस नेहमीसारखाच छान होता. फक्त स्टिकर मिळविण्यासाठी रोझीला हातावर घ्यायचा ताण तेवढा त्याला आला होता. कॅसीनं पण रोझीला हातावर घेतलं होतं... गोलाअथ टॅरन्टुलामुळेच त्या दोघांना उलट्या सुरू झाल्या असतील काय?

"छे, ती शक्यता नाही," मी मनाशी म्हटलं आणि ती शक्यता फेटाळून लावली.

"रेस्टॉरंटमध्ये मुलांनी सारखंच खाणं खाल्लं होतं का गं?" मी सोनयाला विचारलं. ती आता आजारपणामुळे निस्तेज झालेल्या दोन्ही मुलांना कुशीत घेऊन जोडपलंगावर पडली होती.

तिनं वर छताकडे बघितलं आणि क्षणभर विचार केला. ‘‘मला वाटतं त्यांनी एक पिझ्झा खाल्ला... पण आपण सगळ्यांनीच पिझ्झा खाल्ला. मला वाटतं हा स्टमक फ्लूच असावा. कोल्टन बहुधा पूर्ण बरा झाला नसावा आणि इथे येण्यापूर्वीच त्याचा संसर्ग कॅसीला झाला असावा. डॉक्टर म्हणाले होते की, तो संसर्गजन्य आहे.’’

कशामुळे का होईना आमची त्रासानंतर आराम करण्यासाठी योजलेली उत्सवी सहल अचानक संपणार होती. काही मिनिटांतच या विचाराची सत्यता पटविणारे जादूचे शब्द मी ऐकले, ‘‘मम्मी, मला पुन्हा उलटी होणार असं वाटतंय.’’

सोनयानं चटकन कोल्टनला उचललं आणि पटकन अगदी वेळेत टॉयलेटमध्ये नेलं.

दुसऱ्या दिवशी पहाटे सूर्याचे गुलाबी किरण खिडकीच्या पडद्यातून डोकावले तेव्हाही सोनया जागी होती. तरीसुद्धा आम्ही दोघांनी ठरवलं होतं की, दोघांपैकी एकाने तरी ग्रीले वेस्लेयान चर्चला भेट द्यायचीच आणि मोठ्या चर्चच्या कामकाजासंबंधी माहिती मिळवायची. त्याचा उपयोग आम्हाला इम्पीरिअलमध्ये करता आला असता. म्हणून मी थोडी झोप घ्यायचा प्रयत्न केला. त्यामुळे सोनयावरच आजाऱ्यांची देखभाल करण्याचं काम पडलं. साधारणपणे दर तासाला कोल्टनला बाथरूममध्ये नेऊन परत आणणं चाललं होतं. कॅसीला रात्रीत फक्त एकदाच उलटी झाली होती. पण हा जो काही संसर्ग होता, तो आमच्या लहानग्या मुलाच्या शरीरात आतपर्यंत पोहोचला असावा.

आम्ही लवकरच हॉटेल सोडलं आणि आमचे अगदी जवळचे मित्र फिल आणि बेटी लू हॅरिस यांच्या ग्रीले येथील घरी पोहोचलो. ती दोघं वेस्लेयान डिस्ट्रिक्ट चर्चची व्यवस्थापक होती. त्यात कोलोराडो व नेब्रास्का यांचाही अंतर्भाव होता. मूळ बेताप्रमाणे आमची दोनही कुटुंबं मिळून त्या सकाळी विल्सन्स चर्चमध्ये जाणार होतो. पण दोनही मुलं आजारी असल्यानं सोनयानं हॅरिसच्या घरी राहावं, असं आम्ही ठरवलं. अत्यंत प्रेमळ अशी बेटी लू आपणहून घरी राहून सोनयाला मदत करायला तयार झाली.

दुपारच्या जेवणानंतर मी घरी परतलो तेव्हा सोनयानं खरी परिस्थिती सांगितली. कॅसीला आता खूप बरं वाटत होतं. ती थोडं काहीतरी खाऊ लागली होती आणि ते तिच्या पोटात राहिलं होतं. कोल्टनच्या उलट्या मात्र ठरावीक वेळेला सुरूच होत्या आणि त्याच्या पोटात काही ठरत नव्हतं.

कोल्टन एका मोठ्या कोचवर ब्लँकेटसारख्या पडद्याच्या जाड कापडावर अंगाची जुडी करून पडला होता. त्याच्याजवळ जरूर लागली तर एक बादली असावी म्हणून ठेवली होती. मी तिथे जाऊन त्याच्याजवळ बसलो.

‘‘अजून फारसं बरं वाटत नाहीये ना?’’

कोल्टननं नकारार्थी मान हलविली आणि त्याच्या निळ्या डोळ्यांतून चट्कन अश्रू वाहू लागले. मी तेव्हा तिशीत असेन; पण गेल्या काही महिन्यांतील अनुभवावरून मी शिकलो होतो की काही वेळा इतकं निराश, असहाय वाटतं की, तुम्हाला फक्त रडावंसं वाटतं. माझ्या मुलासाठी माझं हृदय दुःखानं भरून गेलं.

"इथे ये," मी म्हणालो. मी त्याला माझ्या मांडीवर ओढून घेतलं आणि त्याच्या लहानशा गोलसर चेहऱ्याकडे पाहिलं. त्याचे डोळे नेहमी खेळकर आणि चमकत असायचे; ते आता खिन्न आणि निर्जीव वाटत होते.

फिलही तिथे आला आणि माझ्याजवळ बसून त्यानं आजाराची लक्षणं तपासली. "पोटदुखी, सतत भयानक उलट्या, ताप येणं आणि जाणं. हा अपेन्डिसायटिस असेल काय?"

मी क्षणभर विचार केला. आमच्या कुटुंबात पूर्वीही अपेन्डिसायटिस ही गोष्ट नक्कीच घडली होती. माझ्या काकांचा अपेन्डिक्स फुटला होता. मला स्वतःलासुद्धा कॉलेजच्या दिवसांत सोनयाबरोबर डेटिंग करत असताना अपेन्डिसायटिसचा खूप त्रास झाला होता. सोनयाचंसुद्धा सेकंड ग्रेडमध्ये शिकत असताना अपेन्डिक्सचं ऑपरेशन झालं होतं.

मात्र या परिस्थितीत अपेन्डिसायटिसची सगळी लक्षणं लागू होत नव्हती. इम्पीरिअलच्या डॉक्टरनी 'स्टमक फ्लू' असं निदान केलं होतं आणि अपेन्डिसायटिस असता, तर कॅसीलाही उलट्या व्हायचं कारण नव्हतं. रविवारी रात्री आम्ही ग्रीलेला हॅरिस कुटुंबाच्या घरी राहिलो. सकाळपर्यंत कॅसी पूर्ण ठीक झाली, पण कोल्टनला मात्र दुसऱ्या रात्रीही उलट्या झाल्या.

आम्ही आमचं प्रवासी सामान आवरलं आणि बाहेर असलेल्या एक्सपिडिशनमध्ये भरलं. फिल सोनयाच्या हातातील कोल्टनकडे निरखून पाहत होता. "टॉड, हा मला गंभीर आजारी वाटतो. मला वाटतं तू याला इथल्याच हॉस्पिटलमध्ये घेऊन जावंस."

सोनया आणि मी 'असं करावं का' याबद्दल आधीच चर्चा केली होती. आजारी मुलाला घेऊन डॉक्टरची वाट पाहत इमर्जन्सी रूमच्या बाहेर ताटकळत बसण्याचा अनुभव आम्हाला होता. तेव्हा डेनव्हरच्या प्रचंड मोठ्या हॉस्पिटलमध्ये इर्मजन्सी रूमच्या बाहेर वाट बघत बसण्यापेक्षा तीन तास प्रवास करून इम्पीरिअलला जाणं जास्त योग्य वाटत होतं. म्हणून आम्ही इम्पीरिअलला आधीच फोन करून आमच्या नेहमीच्या फॅमिली डॉक्टरच्या भेटीची वेळ निश्चित केली होती. मी माझा हा हेतू फिलजवळ स्पष्ट केला. त्याला ते पटलं असं त्यानं दाखवलं; पण मला खात्री होती की तो खूप काळजीत होता. आम्ही रस्त्याला लागून एक तासभर गेल्यावर मला वाटलं, तो म्हणत होता ते बरोबर असावं.

आम्ही ग्रीलेच्या बाहेरच सुरक्षित रस्त्यावर, डायपर असलेल्या लहान मुलांच्या

२४ । स्वर्गाचा साक्षात्कार

चड्डया विकत घ्यायला थांबलो. तेव्हाच सोनयाला प्रथमच धोक्याचा लाल झेंडा दिसला. कोल्टनला खरंतर दोन वर्षांपेक्षा जास्त टॉयलेट वापरण्याची सवय होती. तरी त्यानं चड्डीतच शी केली होती. सोनयानं त्याला एक्सपिडिशनच्या मागच्या सीटवर ठेवलं आणि त्याची पॅन्ट बदलायला मदत केली. त्यानं काही विरोध केला नाही. हीच गोष्ट सोनयाला खटकली. एरवी तो चिडला असता : *'मी काय कुक्कुलं बाळ आहे!'* आता मात्र त्यानं एक शब्दही उच्चारला नाही.

उलट जेव्हा त्याला गाडीच्या सीटवर बसवून पट्टा बांधला, तेव्हा तो आपलं पोट दाबून कण्हला. दोन तासांच्या प्रवासात तो सतत रडत होता आणि प्रत्येक अर्ध्या तासानं उलटी करण्यासाठी गाडी थांबवत होता.

गाडीच्या आरशातून मागच्या बाजूला बसलेल्या सोनयाचा हृदय पिळवटून टाकणारा आणि असहाय चेहरा मला दिसत होता. मी माझ्या उद्दिष्टावर लक्ष केंद्रित केलं होतं : कोल्टनला लवकरात लवकर इम्पीरिअला नेणं आणि त्याला लगेच शिरेवाटे दिलं जाणारं औषध सलाइनमधून देणं. फ्लूचा आजार वाढत असताना उलट्यांमुळे त्याच्या शरीरातलं पाणी नक्कीच कमी झालं होतं आणि ते चांगलं नव्हतं.

आम्ही तीन तासांच्या आत इम्पीरिअलला पोचलो. हॉस्पिटलमध्ये नर्सनं आम्हाला चटकन तपासायच्या खोलीत नेलं. सोनयानं कोल्टनला कडेवर घेतलं होतं आणि कोल्टन लहान असताना जसं त्याचं डोकं खांद्यावर ठेवत होती, तसंच तिनं आता ठेवलं होतं. ज्या डॉक्टरांनी कोल्टनला तपासलं होतं, तेच डॉक्टर काही मिनिटांतच तिथे आले. आम्ही त्यांना आतापर्यंत काय-काय घडलं ते सांगितलं. थोडं तपासल्यावर त्यांनी रक्ततपासणी आणि एक्स-रे काढायला सांगितलं. ग्रीले सोडल्यावर पहिल्यांदाच आम्ही समाधानाचा श्वास घेतला असं मला वाटलं. आता काहीतरी सुधारणा होणार होती. आम्ही 'काहीतरी' करत तरी होतो. थोड्याच वेळात कोल्टनला काय झालंय ते कळेल आणि डॉक्टरांच्या सल्ल्यानं काही औषधं दिल्यावर कोल्टन बरा व्हायला लागेल.

आम्ही कोल्टनला लॅबमध्ये नेलं. टेक्निशियननं– रक्त तपासणाऱ्या तज्ज्ञानं– रक्त काढण्यासाठी शीर शोधायचा प्रयत्न केला, तेव्हा कोल्टन किंचाळायला लागला. त्यानंतर एक्स-रे काढला. आम्ही कोल्टनला समजावलं की, एक्स-रे काढताना सुई वापरत नाहीत. त्यामुळे तो शांत राहिला. एका तासातच आम्ही डॉक्टरांबरोबर परत तपासण्याच्या खोलीत होतो.

''हा अपेन्डिसायटिस असू शकेल का?'' सोनयानं डॉक्टरांना विचारलं. त्यांनी नकारार्थी मान हलविली.

''नाही. कोल्टनच्या पांढऱ्या पेशींची संख्या आणि अपेन्डिसायटिस यांची सुसंगती लागत नाही. आम्हाला त्याच्या एक्स-रेबद्दल काळजी वाटते.''

धोक्याची घंटा । २५

मी सोनयाकडे पाहिलं. त्याच क्षणी आम्हाला कळलं की, अतिशय गंभीर संसर्गाला आम्ही टक्कर देत होतो. अपेन्डिसायटिसपेक्षा गंभीर आजाराला तोंड द्यायची आमची मानसिक तयारी नव्हती. डॉक्टरांनी आम्हाला मोठ्या खोलीत नेलं. तिथे आधीच इल्युमिनेटरवर एक्स-रे लावलेला होता. एक्स-रे पाहिल्याबरोबर माझ्या पोटात खड्डा पडला. आमच्या मुलाच्या लहानशा शरीराचा मधला भाग तीन काळ्या वस्तूंनी भरला होता. त्याच्या शरीरातल्या आतल्या भागात स्फोट झाला असावा, असं भासत होतं.

सोनयानं निराशेनं मान हलविली आणि आतापर्यंत कसेतरी आवरून धरलेले अश्रू तिच्या गालांवर ओघळले.

"हा अपेन्डिसायटिस नाही याची तुम्हाला खात्री आहे?" मी डॉक्टरांना विचारलं, "कारण आमच्या कुटुंबात तसं अनेक वेळा घडलंय. तशी फॅमिली हिस्ट्री आहे."

पुन्हा ते 'नाही' असं म्हणाले, "कारण रक्ततपासणीत तसं काही आढळत नाहीये."

"मग ते काय आहे?"

"मला अजून नक्की समजत नाहीये," डॉक्टर म्हणाले.

मृत्यूची छाया

३ मार्च सोमवार या दिवशी नर्सनं कोल्टनला एका खोलीत नेलं आणि आयव्ही म्हणजे शिरेतून द्रव द्यायला सुरुवात केली. स्टेनलेस स्टीलच्या त्या सळईवर टोकाला दोन पिशव्या टांगल्या होत्या. एक शरीरात पाणी जावं म्हणून आणि दुसरी काही अँटिबायोटिक्स– जैवप्रतिबंधक औषधांसाठी. सोनया आणि मी मिळून कोल्टनसाठी प्रार्थना केली. कोल्टनचं आवडतं खेळणं– स्पायडरमॅन हा काल्पनिक हीरो घेऊन नॉर्मा आली. नेहमी नॉर्मा किंवा स्पायडर मॅन बघितल्यावर कोल्टनच्या डोळ्यांत चमक दिसत असे. पण आता कोल्टननं काहीच प्रतिक्रिया दाखविली नाही. नंतर आमची मैत्रीण टेरी तिचा छोटा मुलगा हंटर याला घेऊन आली. तो कोल्टनचा आवडता दोस्त होता. तरी कोल्टनची काहीच प्रतिक्रिया नव्हती. तो जवळजवळ निष्प्राण पडला होता.

कोल्टनच्या कॉटजवळ खुर्चीत बसलेल्या नॉर्मानं सोनयाकडे खिन्नपणे बघितलं, ''मला वाटतं तुम्ही याला डेनव्हरला मुलांच्या हॉस्पिटलमध्ये न्यायला हवं.''

परंतु त्या वेळी आम्ही तिथल्या डॉक्टरांवर विश्वास ठेवला होता. आम्हाला वाटत होतं की, जेवढं शक्य आहे तेवढं ते करत होते. शिवाय कोल्टन पुन्हा कोलोराडोपर्यंत प्रवास करण्याच्या स्थितीत नव्हता.

कोल्टनच्या उलट्या सुरूच होत्या. सोनया कोल्टनला सावरत होती, त्याच्या उलट्या भांड्यात धरत होती. ती किल्ला लढवत होती. मी तेवढ्यात घरी जाऊन आमच्या रोजच्या आयुष्यातल्या इतर कामांकडे बघितलं. वाटेत मी चर्चकडे सगळं ठीक आहे ना हे बघण्यासाठी थांबलो. मी माझ्या गॅरेज डोअर व्यवसायातील माणसांना भेटलो, काही नवीन गिऱ्हाइकांच्या फोनला उत्तरं दिली आणि दार दुरुस्तीच्या कामाला बाहेर पडलो. मी हॉस्पिटलपासून जेवढा वेळ दूर होतो, तेव्हा

मृत्यूची छाया । २७

कोल्टनसाठी माझ्या प्रार्थना सुरूच होत्या. इतरांबरोबर संभाषण करत असतानासुद्धा माझ्या प्रार्थना चालूच होत्या. या प्रार्थना नेहमीच माझ्या मनाच्या गाभाऱ्यात असतात – अर्थात आयुष्य हेलकावे खात तापदायक ठरत नसेल तरच!

सोमवारी रात्री सोनया हॉस्पिटलमध्ये राहिली. मी कॅसीबरोबर घरी राहिलो. मंगळवारी सकाळी मी तिला शाळेत नेलं. त्या दिवशी चर्च आणि कंपनीच्या जबाबदाऱ्या सांभाळत जितके वेळा जाता येईल, तितके वेळा हॉस्पिटलमध्ये गेलो. कोल्टनमध्ये थोडीतरी सुधारणा होईल, अशी आशा धरून होतो. उलट मी जेव्हा-जेव्हा त्याच्या खोलीत गेलो, तेव्हा-तेव्हा माझा मुलगा त्या अगम्य राक्षसाच्या तावडीत जास्त-जास्त सापडलेला मला दिसला. त्याच्यात सुधारणा तर नव्हतीच, उलट तो झपाट्यानं खालावत होता.

दुसऱ्या दिवशी दुपारी जे बघितलं त्यानं मी हादरलो : मृत्यूची छाया!

मला ते चट्कन कळलं. धर्मोपदेशक म्हणून काम करत असताना काही वेळा मृत्यू जवळ आलेल्या माणसाला बघावं लागतं. हॉस्पिटलमध्ये किंवा नर्सिंग होम, कधी अनाथालयात. त्या वेळी काही सूचक खुणा दिसतात : कातडीचा गुलाबीपणा जातो आणि काविळीचा पिवळेपणा येतो. श्वासोच्छ्वास कष्टांनी होतो. डोळे उघडे असतात; पण तो माणूस वर्तमानात नसतो आणि सगळ्यात महत्त्वाचं सांगायचं म्हणजे, डोळ्यांभोवती काळी वर्तुळं आणि डोळ्यांत हरवलेपणा येतो. मी अशा प्रकारची नजर अनेक वेळा पाहिली आहे. शेवटच्या स्थितीतील कॅन्सर किंवा म्हातारपणातला शेवटचा टप्पा गाठलेल्या रोग्याच्या बाबतीत ते अपेक्षितच असतं. त्या माणसाचं पृथ्वीवरचं आयुष्य काही दिवस, काही तास, काही मिनिटंच राहिलेलं असतं, हे तुम्हाला कळतं. रोग्याच्या कुटुंबाचं सांत्वन करायला, त्यांच्याबरोबर 'देवा, तिला लवकर तुझ्याकडे ने, तिच्या यातना नाहीशा कर!' अशा प्रकारच्या प्रार्थना करायला मी अशा ठिकाणी असतो.

या वेळी मला मृत्यूची छाया जाणवली– आणि ती माझ्या मुलावर होती! माझा मुलगा चार वर्षांचाही नव्हता. हे दृश्य मला एखादी बंदुकीची गोळी लागावी, तशा यातना देऊन गेलं.

माझ्या डोक्यात एक आवाज किंचाळू लागला. *आपण काहीच करत नाही आहोत.* मला येरझारा घालायची सवय आहे. कोल्टनच्या खोलीतल्या त्या लहानशा जागेत मी पिंजऱ्यात कोंडलेल्या सिंहासारख्या पुन्हा-पुन्हा फेऱ्या मारल्या. माझ्या पोटात गलबलून आलं. माझं हृदय अदृश्य चिमट्याच्या दोन जबड्यांत आवळलं जातंय, अशी वेदना माझ्या छातीत झाली : *त्याची स्थिती आणखी वाईट होत चाललीय. परमेश्वरा! आम्ही आणखी काय करावं?*

मी अस्वस्थपणे येरझारा घालत असताना सोनया कोल्टनची काळजी घेण्यात

२८ । स्वर्गाचा साक्षात्कार

गढून गेली होती. तिनं कोल्टनची उशी मऊ केली. त्याचं ब्लँकेट नीट घातलं. त्याच्या पोटात अजून पाणी जातंय ना हे पाहिलं. ती ते करत होती म्हणूनच केवळ तिच्या भावनांचा स्फोट झाला नव्हता. मी जेव्हा-जेव्हा तिच्याकडे बघत होतो तेव्हा-तेव्हा तिच्या मनातील चीड वाढलेली स्पष्ट दिसत होती. आमचा मुलगा हातातून निसटून चालला होता आणि माझ्याप्रमाणेच तिलाही उत्तरं हवी होती : नक्की काय झालंय? डॉक्टर फक्त तपासणीचे रिझल्ट्स आणत होते... पुन्हा टेस्ट, पुन्हा रिझल्ट्स... पुन्हा टेस्ट्स, पुन्हा रिझल्ट्स; पण उत्तरं नाहीत. फक्त निरुपयोगी निरीक्षणं. "तो औषधांना प्रतिसाद देत नाहीये... मला माहीत नाही... सर्जन इथे हवे होते..." इत्यादी.

सोनया आणि मी जणू विश्वासाबरोबर झगडलो. आम्ही डॉक्टर नव्हतो. मला वैद्यकीय अनुभव नव्हता. मी धर्मोपदेशक आहे आणि सोनया एक शिक्षक. आम्हाला विश्वास ठेवायचाय, वैद्यकीय व्यवसायातले लोक जास्तीत जास्त शक्य आहे ते करतात, असा विश्वास आम्हाला ठेवायचा होता. आम्ही विचार करत राहिलो : *पुढच्या वेळी डॉक्टर आले की, त्यांच्याकडे नवीन टेस्टचे रिझल्ट्स असतील. ते औषधं बदलतील. आमच्या मुलाची मरणासन्न कळा बदलण्यासाठी ते काहीतरी करतील.*

पण त्यांनी काही केलं नाही. शेवटी एका क्षणी आम्ही लक्ष्मणरेषा आखून घेतली.

नॉर्थ प्लेट

बुधवारी आम्ही इम्पीरिअल हॉस्पिटलच्या सेवक वर्गाला बातमी दिली की, आम्ही कोल्टनला नॉर्थ प्लेटमधील ग्रेट प्लेन्स रीजनल मेडिकल सेंटरला नेणार आहोत. नॉर्मानं सुचविल्याप्रमाणे त्याला डेनव्हरला चिल्ड्रेन्स हॉस्पिटललाही नेण्याचा आम्ही विचार केला. परंतु मदत मिळण्याच्या दृष्टीनं राहण्याच्या ठिकाणाच्या जवळ असणं आम्हाला योग्य वाटलं. हॉस्पिटल सोडताना थोडा वेळ लागतोच. तसा कोल्टनला घेऊन जातानाही लागला; पण आम्हाला तो खूप वाटला. शेवटी एक नर्स डिस्चार्ज देणारी कागदपत्रं घेऊन आली. त्यात कोल्टनच्या टेस्टचे रिझल्ट्स होते आणि मोठ्या पसरट खाकी पाकिटात त्याचे एक्स-रे होते. सोनयानं लहान मुलांचे डॉक्टर डेल शेफर्ड यांच्या ऑफिसच्या सेवक वर्गाला 'आम्ही येतोय' असं आधीच कळवलं होतं.

सकाळी साडेदहा वाजता मी कोल्टनला हॉस्पिटलच्या बिछान्यावरून उचललं. कोल्टनचा निर्जीवपणा जाणवून मला धक्काच बसला. हातात एखादा फाटका कपडा धरावा तसं वाटलं. खरं म्हणजे मला धडकीच भरली होती; पण मी शांत राहायचा प्रयत्न केला. निदान आता आम्ही 'काहीतरी' करत होतो. आम्ही काही कृती करत होतो.

कोल्टनची सीट मी गाडीच्या मागच्या सीटला पट्ट्याने बांधली. हळुवारपणे ठेवून त्याचा पट्टा बांधत असताना एकच विचार करत होतो की, नॉर्थ प्लेटपर्यंतचे ९० मिनिटांचे अंतर मी किती वेगाने कापू शकेन. सोनया कोल्टनबरोबर मागच्या सीटवर बसली. तिच्या हातात उलटी धरण्यासाठी हॉस्पिटलचं गुलाबी पसरट भांडं होतं.

त्या दिवशी ऊन होतं, तरी थंडी वाजत होती. मी गाडी हायवे-६१वर घेतली आणि मागे बसलेला कोल्टन दिसावा म्हणून गाडीचा आरसा थोडा वळवला. कित्येक मैल शांततेत गेले. मग मला भांड्यात उलटी केल्याचा आवाज ऐकू आला.

उलटी संपल्यावर मी गाडी रस्त्याच्या कडेला घेतली. सोनयानं भांडं रस्त्याच्या कडेला रिकामं केलं. गाडी पुन्हा हमरस्त्यावर घेतल्यावर मी आरशात पाहिलं. सोनयानं खाकी पाकिटातून एक्स-रे काढले होते आणि स्वच्छ सूर्यप्रकाशात धरले होते. हळूहळू ती मान हलवायला लागली आणि तिचे डोळे पाण्यानं भरून आले.

"आपण सगळं चुकीचं केलंय," ती उंच स्वरात म्हणाली. नंतर तिनं सांगितलं की, तिच्या मनातल्या काही प्रतिमा कायमच्या जळून गेल्या आहेत.

मी मान वळविली. सोनया लक्षपूर्वक बघत होती. ते तीन लहान डाग मीही पाहू शकलो. ते विचित्र आकार असलेले डाग कोल्टनच्या छायेसारख्या लहानशा शरीरात खूप मोठे वाटले. आताच ते खूप मोठे का बरं वाटत होते?

"बरोबर आहे तुझं. आपल्याला कळायला हवं होतं," मी म्हणालो.

"पण डॉक्टर तर...!"

"माहीत आहे. पण आपण त्यांचं ऐकायला नको होतं."

त्या वेळी कुणाकडे बोट दाखवणं, एकमेकांना दोष देणं योग्य नव्हतं; पण आम्ही खरंच आमच्यावर चिडलो होतो. डॉक्टर म्हणाले की, एक्स-रे काढा, आम्ही तो काढला. डॉक्टर म्हणाले, शिरेतून सलाईन, औषधे – आयव्ही – द्या, आम्ही ती दिली. डॉक्टर म्हणाले, रक्ततपासणी करा. आम्ही केली. ते डॉक्टर होते, बरोबर? त्यांना माहीत होतं, ते काय करताहेत ते... बरोबर? प्रत्येक वळणावर आम्ही योग्य निर्णय घेण्याचा प्रयत्न करत होतो; पण आम्ही ते चुकीचे घेतले आणि कोल्टनला त्याची फळं भोगावी लागत होती.

माझ्यामागे गाडीच्या मागच्या सीटवर कोल्टन निष्प्राण पडला होता आणि त्याचं मौन हे मी ऐकलेल्या कोणत्याही आवाजापेक्षा भयानक मोठं होतं!

बायबलमध्ये इस्रायलचा राजा दाविद याची एक गोष्ट आहे. दाविदनं त्याचा विश्वासू सैनिक उरिय्याह याची बायको बाथशेबा हिच्याशी व्यभिचार केला. मग आपलं पापकृत्य झाकण्यासाठी त्यानं उरिय्याहला आघाडीवर लढायला पाठवलं. त्याला नक्की माहीत होतं की, उरिय्याह तेथे मरणार. नंतर प्रेषित नाथन दाविदकडे आला आणि त्याला सरळ म्हणाला, "तू काय केलंस हे ईश्वराला माहीत आहे. तुझ्या पापाचे परिणाम असे होतील : तुझं आणि बाथशेबाचं हे मूल जगणार नाही."

दाविदनं कपडे फाडले, रडला. त्यानं प्रार्थना केली आणि ईश्वराला कळकळीची विनंती केली. तो दुःखानं एवढा वेडापिसा झाला की, त्याचं मूल मरण पावलं, तेव्हा त्याच्या सेवकांना त्याला ते सांगायचीही भीती वाटू लागली. पण दाविदला ते कळलं, तेव्हा तो उठला, त्यानं अंघोळ केली, खाल्लं आणि शांतपणे अंत्ययात्रेची तयारी केली. त्याच्या वागणुकीचं त्याच्या सेवकांना आश्चर्य वाटलं. ते म्हणाले, "महाराज, काही क्षणांपूर्वी तुम्ही आरडाओरडा करत होतात ना? ईश्वराला विनंती

नॉर्थ प्लेट । ३१

करत होतात, रडत होतात ना? आता तर तुम्ही शांत आहात; हे कसं काय घडलं?'' दाविदनं सांगितलं, ''ईश्वर आपलं मन बदलेल अशी मला आशा होती; पण त्यानं ते बदललं नाही.''

जेव्हा हातून अजून काहीतरी होण्यासारखं होतं, तोपर्यंत दाविद त्याला शक्य होईल तेवढं करत राहिला होता.

मी आता विचार केला तर असं वाटतं की, नॉर्थ प्लेटच्या रस्त्यावर जाताना मला असंच काहीतरी वाटलं होतं. होय, एक्स-रे चांगले नव्हते आणि माझ्या मुलाच्या चेहऱ्यावर मृत्यू दिसत होता.

''पण अजून तो मरण पावला नव्हता.''

आता हे सोडून पळून जाण्याची व रडण्याची वेळ नव्हती. आता प्रार्थना करण्याची आणि कृती करण्याची वेळ होती. *परमेश्वरा! आम्हाला तिथे पोहोचू दे. आम्हाला आमच्या मुलाला मदत करू दे!*

कोल्टनचे 'वडील' असून मला वाटतं मीच घोळ घातला, पण अजूनही मी काहीतरी करू शकत होतो. त्याची भरपाई करू शकत होतो. केवळ ही आशा मनात असल्यामुळेच मी तुटून गेलो नव्हतो.

दुपारी आम्ही नॉर्थ प्लेटची सीमा ओलांडली आणि थेट डॉक्टरांच्या ऑफिसचा रस्ता पकडला. मी गाडीतून चट्कन उतरून ब्लँकेटमध्ये गुंडाळलेल्या कोल्टनला एखाद्या अग्निशामक दलातल्या जवानासारखं खांद्यावर घेतलं. सोनयानं आमचं सामान गोळा केलं आणि ती माझ्या मागोमाग धावली. तिच्या हातात अजूनही हॉस्पिटलचं भांडं होतं.

स्वागतकक्षातील टेबलाजवळ एका हसतमुख स्त्रीनं आम्हाला अभिवादन केलं.

''आम्ही बर्पो कुटुंबीय आहोत,'' मी म्हणालो, ''आम्ही आधीच इम्पीरिअलमधून आमच्या मुलासाठी फोन केला होता.

''डॉक्टर जेवणासाठी गेले आहेत.''

जेवणासाठी गेलेत?

मी म्हणालो, ''पण आम्ही आधीच फोन केला होता. आम्ही येणार हे त्यांना माहीत आहे.''

''प्लीज, जरा बसा!'' स्वागतकक्षातील त्या स्त्रीनं विनंती केली.

''डॉक्टर, अगदी दहा-पंधरा मिनिटांत येतील.''

तिच्या वागण्यातील सरावाच्या पद्धतीवरून मला कळलं की, तिला आमची निकड कळली नव्हती. मी आतल्या आत एखाद्या अग्निबाणाप्रमाणे पेटून उठलो. परंतु बाह्यतः अगदी शांत राहिलो. मला मोठमोठ्याने किंचाळावं, रडावं असं वाटत होतं. पण त्यामुळे काही चांगलं घडलं नसतं. शिवाय मी एक धर्मोपदेशक आहे.

३२ । स्वर्गाचा साक्षात्कार

लोकांच्या समोर तसं वागणं आम्हाला परवडणार नाही.

सोनया आणि मी वेटिंगरूममध्ये बसलो. पंधरा मिनिटांनी डॉक्टर आले. त्यांचं परिपूर्ण व्यक्तिमत्त्व आश्वासक वाटलं– रुपेरी केस, चश्मा, लहानशी मिशी. हॉस्पिटलच्या सेवक वर्गानं आम्हाला लगेच तपासणीच्या खोलीत नेलं. सोनयानं आम्ही बरोबर आणलेले पेपर्स आणि एक्स-रे त्यांना दिले. त्यांनी कोल्टनला अगदी थोडा वेळ तपासलं. मला वाटतं ते फुकट गेलेला वेळ भरून काढत होते.

"मला वाटतं, सीटीस्कॅन करावा लागेल." ते म्हणाले, "तुम्ही रस्ता ओलांडून पलीकडे हॉस्पिटलमध्ये जा."

ते म्हणत होते ते ग्रेट प्लेन्स रीजनल मेडिकल सेंटर. दहा मिनिटांनी आम्ही एक्स-रे काढण्याच्या खोलीत होतो. त्या वेळी आमच्या आयुष्यातील सर्वांत महत्त्वाचा आणि कठीण वादविवाद घडणार होता.

'मला वाटतं सगळं संपलंय...'

"नऽऽकोऽऽऽ!'

"पण कोल्टन, तुला ते प्यायलाच हवं!''

"नाऽऽही! ते घाणेरडं आहे!''

कोल्टनच्या निषेधाच्या आरडाओरड्याचा आवाज संपूर्ण क्लिनिकमध्ये घुमला. तो दमला होता, कंटाळला होता आणि अशा वेळी आम्ही त्याला चेरीसारखा लाल रंगाचा, रवाळ, जाडसर असा रासायनिक पदार्थ प्यायला लावत होतो. हा असला पदार्थ शहाणा माणूसही एक दशलक्ष वर्षांत आपणहून पिणार नाही. शेवटी कोल्टननं लहानसा घोट घेतला. लगेच त्याला उलटी झाली. सोनया ती भांड्यात धरण्यासाठी धावली.

"त्याला सारख्या उलट्या होत आहेत,'' मी एक्स-रे काढणाऱ्या तंत्रज्ञाला म्हटलं, "तो कसा काय पिऊ शकणार?''

"सॉरी सर... पण त्यानं ते प्यायलंच पाहिजे. तरच आपल्याला चांगले एक्स-रे मिळतील.''

"प्लीऽऽजऽ...! डॅडी, मला ते ड्रिंक प्यायला लावू नका.'' आम्ही सगळे प्रयत्न केले. आम्ही चांगला पोलिस-वाईट पोलिस खेळलो. म्हणजे सोनयानं लाडीगोडीनं त्याला समजावलं आणि मी त्याला रागावलो. मी जेवढा ठाम राहिलो, तितकेच कोल्टनने दात घट्ट आवळून धरले आणि ते पेय प्यायला नकार दिला.

मी युक्तिवाद सुरू केला, "हे बघ कोल्टन, तू फक्त हे प्यायलेस की डॉक्टर तुझी चाचणी करतील आणि आम्हाला तुला बरं करता येईल. तुला बरं व्हायचंय ना?''

वारंवार नाक सूंऽऽसूंऽऽ करत तो म्हणाला, "होय!''

"छान, मग हे पी बघू."

"नऽऽकोऽऽ! मला ते पाजू नका!"

आम्ही हतबल झालो. त्यानं ते पेय प्यायलं नाहीतर त्यांना सीटीस्कॅन करता येणार नव्हता. सीटीस्कॅनशिवाय चाचणी करता येणार नव्हती. आणि चाचणी केल्याशिवाय डॉक्टर आमच्या मुलावर उपचार करू शकत नव्हते. एक तासभर ही लढाई चालली होती. शेवटी तंत्रज्ञ बाहेर आला आणि त्यानं आमच्यावर कृपाच केली. "आपण आता त्याला आत घेऊन सीटीस्कॅन सुरू करू. आपण जास्तीत जास्त प्रयत्न करू."

इमेज रूममध्ये सोनया रेडिएशन शील्डच्या मागे असलेल्या तंत्रज्ञाबरोबर उभी राहिली. संपूर्ण उघडा असलेला कोल्टन सरकणाऱ्या टेबलावरून हळूहळू त्या अजस्त्र मशिनच्या नळीसारख्या वक्र भागात जात असताना मी त्याच्याजवळ उभा राहिलो. कोल्टन पूर्णपणे त्या मशिनमध्ये सरकण्यापूर्वी त्या तंत्रज्ञानं अनुकंपेनं हळुवारपणे त्याचं डोकं तेवढं बाहेर ठेवलं. त्यामुळे त्याला मी दिसत होतो. मशिन सुरू झालं आणि डोळ्यांत वेदना घेऊन कोल्टन माझ्याकडे एकटक पाहत राहिला.

अशा प्रकारे टेस्ट संपली. तंत्रज्ञानं फोटो स्कॅन केले. नंतर आम्हाला घेऊन तो प्रयोगशाळेच्या बाहेर आला. त्यानं आम्हाला पुन्हा वेटिंगरूममध्ये नेलं नाही, तर भिंतीजवळ थोड्या खुर्च्या ठेवलेल्या, शुकशुकाट असलेल्या अशा लहानशा खोलीत नेलं.

तंत्रज्ञानं माझ्याकडे गंभीरपणे पाहिलं. "तुम्ही इथेच थांबा." तो म्हणाला. त्या वेळी त्यानं कोल्टनला कपडे घालायला सांगितलं नाही, हे माझ्या लक्षातसुद्धा आलं नाही.

आम्ही तिघे त्या हॉलकडे जाणाऱ्या अरुंद, थंड जागेत बसलो. सोनयानं कोल्टनला त्याचं डोकं खांद्यावर टेकवून कडेवर घेतलं होतं. ती आता सतत रडत होती. तिनं सगळी आशा सोडली होती, हे तिच्या डोळ्यांकडे बघून कळत होतं. ही नेहमीची वेटिंगरूम नव्हती. तंत्रज्ञानं मुद्दाम आम्हाला बाजूला नेलं होतं. त्यानं एक्स-रे बघितले होते आणि काहीतरी वाईट आहे, हे त्याला कळलं होतं.

सोनया तिच्या हातात असलेल्या कोल्टनकडे बघत होती. तिच्या मनात काय विचार सुरू आहेत, हे मला सहज कळत होतं. ती आणि कोल्टन प्रत्येक गोष्ट करताना एकमेकांबरोबर होते. हा छोटा मुलगा तिचा जोडीदार होता. एवढंच नव्हे तर सोनेरी केसांचा, निळ्या डोळ्यांचा. उत्साहानं सळसळत असलेला तिचा हा मुलगा जणू परमेश्वराची कृपा होती... आमचं आधीचं मूल गेल्यावर ती जखम भरून काढण्यासाठी केलेली!

पाच वर्षांपूर्वी सोनया आमच्या दुसऱ्या मुलाच्या वेळी गरोदर होती. नवीन जीव

जन्माला येणार म्हणून आम्हाला अतिशय आनंद झाला होता. त्यामुळे आमचं कुटुंब पूर्ण झालं असतं. आम्ही दोघंच होतो, तेव्हा आमचं जोडपं होतं. कॅसी जन्मली तेव्हा आमचं कुटुंब झालं. दुसरं मूल जन्मायचं होतं, तेव्हा आम्हाला भविष्यातली धूसर चित्रं दिसायला लागली... कौटुंबिक चित्रं... मुलांच्या आनंदित आवाजांनी भरलेलं घर, ख्रिसमसला आपले पायमोजे धुंडाळणारी दोन लहान मुलं. दोन महिन्यांची गरोदर असतानाच सोनयाचा गर्भ पडून गेला आणि आमची धूसर स्वप्नं साबणाच्या फुग्याप्रमाणे फुटली. सोनया खूप दुःखी झाली. मूल जाण्याचं दुःख आपल्याला कळणार नाही. जिथं कुणी अगोदर नव्हतंच अशी रिकामी जागा, असं फारतर म्हणता येईल.

मूल व्हावं म्हणून आम्ही उत्सुक होतो. तरीही येणारं मूल आमचं दुःख वाढवेल, अशी भीतीही वाटत होती. काही महिन्यांनी सोनया पुन्हा गरोदर राहिली. तिच्या सुरुवातीच्या तपासणीतून कळलं की, वाढणारं बाळ अगदी अशक्त आहे. तरी आम्ही त्याच्यात फार गुंतलो नाही. त्याच्यावर माया करायला थोडं घाबरत होतो. कारण मागच्यावर फार माया लावली आणि ते गेलं. चाळीस आठवड्यांनी १९ मे, १९९९ रोजी कोल्टन टॉड बर्पो जन्माला आला आणि आम्ही पूर्णपणे त्याच्या प्रेमात बुडालो. सोनयासाठी हा लहान मुलगा म्हणजे प्रेम करणाऱ्या प्रत्यक्ष परमेश्वराकडून मिळालेली खास भेटच होती.

आता कोल्टनच्या निस्तेज शरीरापलीकडे दिसणारा तिचा चेहरा पाहिल्यावर मला तिच्या मनातील अनेक भयानक प्रश्न तिथे उमटलेले दिसले : *परमेश्वरा! तू हे काय करतोयस? हे बाळ पण तू नेणार आहेस का?*

कोल्टनचा चेहरा कोमेजल्यामुळे लहानसा आणि निस्तेज दिसत होता... त्या निर्जन जागेत लहानसा चंद्र असावा तसा. त्याच्या डोळ्यांभोवतीची छाया आणखी गडद झाली होती... जांभळी, खोल अशी. तो आता ओरडत नव्हता, रडतसुद्धा नव्हता. तो फक्त... निश्चल होता.

पुन्हा मला मी पाहिलेल्या पृथ्वी आणि शाश्वत स्वर्ग यांच्यामधील उंबरठ्यावर घोटाळणाऱ्या मरणोन्मुख रुग्णांची आठवण झाली. डोळे अश्रूंनी भरून आल्यानं खिडकीच्या काचेतून पाऊस दिसावा, तशी माझ्या मुलाची पुसट आकृती मला दिसत होती. डोळ्यांतून अश्रू वाहत असताना सोनयानं माझ्याकडे मान उचलून पाहिलं आणि ती म्हणाली, ''मला वाटतं 'तेच' घडतंय.''

परमेश्वरावरचा संताप

पाच मिनिटांनंतर एक पांढऱ्या कोटातला माणूस एक्स-रेच्या विभागातून बाहेर आला. मला त्याचं नाव आठवत नाही; पण त्याच्या नावाच्या प्लेटवर 'रेडिऑलॉजिस्ट' असं लिहिलेलं होतं.

''तुमच्या मुलाचं अपेन्डिक्स फुटलंय,'' तो म्हणाला, ''त्याचं तातडीने ऑपरेशन केलं पाहिजे. ऑपरेशन करायला सर्जन सर्जिकल विभागात अगदी तयार आहेत. माझ्या मागून या.''

चकित होऊन सोनया आणि मी त्याच्या मागून गेलो. माझी कानशिलं गरम झाली. *फुटलेला अपेन्डिक्स?* इम्पीरिअलमधल्या डॉक्टरांनी ती शक्यता फेटाळून लावली नव्हती काय?

शस्त्रक्रियेची तयारी जिथे केली होती तिथं सोनयानं कोल्टनला हॉस्पिटलच्या चारचाकी बिछान्यावर ठेवलं आणि त्याच्या कपाळाचा मुका घेतला. नर्स आयव्ही बॅग आणि सुई घेऊन आल्यावर ती बाजूला झाली. लगेच कोल्टन जोरजोराने किंचाळून लाथा झाडून धडपडू लागला. मी माझ्या मुलाच्या डोक्याजवळ उभा होतो. मी त्याचे खांदे घट्ट धरले आणि त्याला शांत राहण्यासाठी समजावू लागलो. आता उघडपणे रडत कोल्टनचा डावा हात व पाय आपल्या शरीराच्या आधाराने दाबून धरत सोनया पुन्हा त्याच्या बाजूला उभी राहिली.

मी वर पाहिलं तेव्हा त्या खोलीत पांढरे कोट व कपडे घातलेल्या स्त्री-पुरुषांची गर्दी जमलेली होती. त्यातला एकजण हळुवारपणे म्हणाला, ''सर्जन आले आहेत. तुम्ही थोडंसं बाजूला होऊन त्याच्याशी बोलत राहिलात, तर आम्ही इथेच त्याला हातात घेतो.''

नाइलाजानं आम्ही पडद्याबाहेर आलो. कोल्टन किंचाळत होता, *''प्लीऽऽऽज,*

परमेश्वरावरचा संताप । ३७

डॅडी! जाऊ नका ना!''

त्या छोट्या खोलीत डॉ. टिमोथी ओ'हॉलरन आमच्यासाठी थांबले होते. ओ'हॉलरननीच माझ्यावर चार महिन्यांपूर्वी लम्पॅक्टोमी केली होती. आता त्यांचा चेहरा अगदी गंभीर होता. चेहऱ्यावरील आडव्या रेषा स्पष्ट दिसत होत्या.

त्यांनी वेळ घालवला नाही. ''कोल्टनचा अपेन्डिक्स फुटला आहे. त्याची स्थिती चांगली नाहीये. आम्ही त्याचं ऑपरेशन करून शरीराचा आतील भाग स्वच्छ करायचा प्रयत्न करणार आहोत.''

पडद्याच्या आतल्या बाजूला कोल्टन अजनूही किंचाळत होता, ''डॅडी! डॅऽऽडीऽऽ!''

दात घट्ट आवळून धरून मी कोल्टनच्या आवाजाकडे दुर्लक्ष केलं आणि डॉक्टरांचं बोलणं ऐकण्याचा प्रयत्न करू लागलो.

सोनया म्हणाली, ''आम्ही अपेन्डिक्स फुटलेलं असण्याची शक्यता इम्पीरिअलमध्ये बोलून दाखविली होती. पण त्यांनी ती फेटाळून लावली.''

माझी बुद्धी आता मागच्या गोष्टींचा विचार करत नव्हती, तर भविष्यात आशेला जागा आहे का याची चाचपणी करत होती. ''त्याला हे सगळं झेपेल असं तुम्हाला वाटतं का?'' मी विचारलं.

''आपल्याला त्याला आतून स्वच्छ करायचंय. आपण ऑपरेशन करून आतील भाग उघडा केल्यावर अधिक काय ते कळेल.''

त्या खोलीत असताना डॉक्टरांच्या बोलण्यामधून कोल्टनच्या किंकाळ्या माझ्या कानात घुसत होत्या. धोक्याचा संदेश देत होत्या. मी जरी डॉक्टरना सरळ प्रश्न विचारला होता, तरी त्यांनी मला कसलीही शाश्वती दिली नव्हती. उलट कोल्टनची स्थिती वाईट आहे एवढं मात्र त्यांनी सांगितलं होतं. सोनयानं पूर्वी इम्पीरिअलहून ग्रीलेला फोन करून सांगितलं होतं की, कोल्टनचा ताप उतरला असून ते ग्रीलेच्या वाटेवर आहेत. त्या क्षणाची मला आठवण झाली. स्टमक फ्लू गेला असं जे वाटलं होतं, तीच कदाचित फुटलेल्या अपेन्डिक्सची खूण असावी. म्हणजे आमच्या या छोट्या मुलाच्या पोटात 'पाच दिवस' विष पसरत होतं. त्याच्या चेहऱ्यावर मृत्यूची छाया का दिसत होती, हे आता आम्हाला कळलं आणि डॉ. ओ'हॉलरन यांनी कोणतीही आशा का दाखविली नाही, याचं स्पष्टीकरण मिळालं.

त्या खोलीतून येणारा ओरडण्याचा आवाज ऐकून डॉक्टरनी मान हलविली. ''मला वाटतं प्रथम सर्जरी रूममध्ये नेऊन त्याला बेशुद्ध केल्यावर मग त्याला आयव्ही दिलेलं बरं.''

ते पडद्यापलीकडे गेले आणि त्यांनी दिलेल्या सूचना मला ऐकू आल्या. काही क्षणांनी दोन नर्सनी चारचाकी ढकलबिछाना पडद्याच्या बाहेर आणला. कोल्टन अजूनही वेदनेने अंग पिळवटत होता. आपलं शरीर आणि डोकं वळवून

विझलेल्या डोळ्यांनी तो माझ्या नजरेत नजर मिसळून बघत राहिला. *डॅडी! त्यांना मला नेऊ देऊ नका.*

धर्मोपदेशक असल्यामुळे मला ओरडणं, किंचाळणं, रागावणं ही सोय परवडणारी नव्हती, असं मी पूर्वी म्हटलेलं आठवतंय? पण मला ते आता अशक्य होतं आणि ते झुगारून द्यायचं होतं. डॉक्टरांशी बोलल्यावर मी अक्षरशः शेकडो इन्शुरन्स फॉर्म्सवर जवळजवळ धावतच सह्या केल्या. नंतर एका लहानशा खोलीत घुसलो आणि दार घट्ट लावून घेतलं. माझं हृदय वेगानं धडधडत होतं. मला श्वास घेता येईना. हताश होऊन राग आणि निराशा यांच्या लाटांत मी गुदमरून गेलो.

प्रत्येक जण माझ्याशी बोलत होता, तेव्हा ते माझ्याकडे एका मुलाचे 'वडील' म्हणून बघत होते... विशेषतः धर्मोपदेशक वडील. आता शेवटी मी एकटाच एका खोलीत होतो आणि माझ्याकडे कोणी बघत नव्हतं. मी परमेश्वरावर चिडायला सुरुवात केली.

"कुठे आहेस तू? तू तुझ्या धर्मोपदेशकाशी असा वागतोस? सेवा करण्याच्या तरी योग्यतेचा आहेस का तू?"

मी खोलीत पुढे-मागे येरझारा घालत होतो. ती खोली मला गिळू पाहत होती. कोल्टनच्या बाबतीत जसे अगदी कमी पर्याय होते, तशीच ती खोली लहान वाटत होती. पुन्हा-पुन्हा मला तेच एक चित्र छळत होतं : चारचाकी ढकलबिछान्यावरून नेत असलेला कोल्टन हात पसरून माझ्याकडे बघत किंचाळून आपल्याला वाचवायला सांगत आहे.

त्याच वेळी माझ्या अचानक लक्षात आलं. *आम्ही खूप उशीर केला होता. कदाचित मी माझ्या मुलाला पुन्हा कधीही जिवंत पाहू शकणार नव्हतो.*

संतापामुळे माझे डोळे अश्रूंनी डबडबले आणि गालांवर ओघळू लागले. "आधी माझा पाय, मग किडनी स्टोन्स, नंतर लम्पॅक्टोमी आणि आता माझ्या परीक्षेचा शेवट अशा रीतीने साजरा करायला लावणार काय?" मी परमेश्वरावर रागानं ओरडलो, "तू माझ्या मुलाला नेणार आहेस काय?"

परमेश्वरावरचा संताप । ३९

गोठलेले क्षण...

पंधरा मिनिटांनंतर, कदाचित थोड्या अधिक वेळानं असेल, मी त्या खोलीतून डोळे कोरडे करून बाहेर पडलो. ही सत्त्वपरीक्षा सुरू झाल्यापासून प्रथमच मी खरोखर अगदी एकटा होतो. सोनयासाठी मला खंबीर होणं भाग होतं. नवरा बायकोसाठी असतो तसा. ती वेटिंगरूममध्ये होती. आपल्या सेलफोनची बॅटरी संपेपर्यंत तिने आमच्या मित्रमंडळींना आणि कुटुंबीयांना फोन केले होते. मी तिला मिठीत घेतलं आणि घट्ट जवळ धरून ठेवलं. तिच्या रडण्यानं माझ्या छातीवरचा शर्ट भिजून अंगाला चिकटला. माझ्या सेलफोनची शिल्लक बॅटरी वापरून मी माझा सेक्रेटरी टेरी याला फोन केला. तो चर्चमध्ये साखळी प्रार्थना सुरू ठेवील या हेतूनं. हा फोन नेहमीच्या प्रार्थना विधीसाठी नव्हता, तर अत्यंत निराश झाल्यानं परमेश्वरावर विश्वास ठेवणाऱ्यांच्या प्रार्थनेमुळे स्वर्गाची दारं ठोठावली जावीत, त्यांच्या प्रार्थनेमुळे तरी आमच्या मुलाला जीवदान मिळावं, यासाठी मी उतावीळ झालो होतो.

धर्मोपदेशक म्हणजे परमेश्वरावरील श्रद्धेचे अढळ आधारस्तंभ मानले जातात ना? त्या क्षणी माझी श्रद्धा तुटायला आलेल्या दोऱ्याला लोंबकळत होती... नव्हे जवळजवळ तुटलीच होती. बायबलमधील काही भागात वर्णन केलंय की, परमेश्वर आजारी किंवा मरणाऱ्यांच्या प्रार्थनांना प्रतिसाद देतो. एवढंच नव्हे, तर त्यांच्या 'मित्रांच्या' प्रार्थनांनासुद्धा! उदाहरणार्थ, अर्धांगवायू झालेल्यांच्या मित्रांच्या प्रार्थनांना! मला त्याची आठवण झाली. जीझसनं त्या रोग्याच्या मित्राची श्रद्धा जाणली आणि रोग्याला सांगितलं, "ऊठ, आपलं अंथरूण घे आणि घरी जा." त्या क्षणी मला इतर भाविकांकडून बळ आणि श्रद्धा उसनी हवी होती. टेरीला फोन केल्यावर मी आणि सोनयानं एकत्र प्रार्थना केली. आशा बाळगण्याची अगर न बाळगण्याचीही भीती वाटत होती.

४० । स्वर्गाचा साक्षात्कार

काळ कंटाळवाणेपणानं पुढे सरकत होता. एखाद्या मंदगतीनं जाणाऱ्या हिमनदीप्रमाणे मिनिटं सरकत होती. मधूनच थोडं बोलणं आणि निःशब्द संवाद यांतून वेटिंग-रूममध्ये अर्थपूर्ण शांतता भरून राहिली होती.

नव्वद मिनिटांनी जांभळे कपडे घातलेली आणि सर्जिकल मास्क मानेवर लटकत असलेली एक स्त्री-परिचारिका वेटिंगरूममध्ये आली. ''कोल्टनचे वडील इथे आहेत का?''

तिच्या आवाजाच्या पट्टीवरून आणि ती डॉ. ओ'हॉलरन नसून स्त्री परिचारिका होती, या गोष्टीमुळे आशेची एक लहर माझ्या शरीरातून शिरशिरत गेली.

आम्ही मूर्खपणे वागलो तरी परमेश्वर कदाचित दया दाखवत आहे. *तो आम्हाला आणखी एक दिवस, आणखी एक संधी देणार आहे.*

मी उभा राहिलो, ''मी कोल्टनचा डॅड आहे.''

''मिस्टर बर्पो, तुम्ही इकडे येता का? कोल्टनवरची शस्त्रक्रिया पूर्ण झाली आहे, पण आम्हाला तो आवरत नाहीये. तो अजूनही किंचाळतोय आणि तुम्हाला हाका मारतोय.''

कोल्टनला चारचाकी बिछान्यावरून आत नेत होते, तेव्हा त्याचं ओरडणं मला असह्य झालं होतं. आता अचानक माझ्या आयुष्यातल्या कोणत्याही गोष्टीपेक्षा मला त्याचं किंचाळणं ऐकावंसं वाटू लागलं होतं. माझ्या दृष्टीनं तो आवाज सगळ्यात आनंददायक होता.

सोनया आणि मी आमच्या वस्तू गोळा केल्या आणि नर्सच्या पाठोपाठ सर्जिकल वॉर्डकडे जाणाऱ्या रुंद दुहेरी दरवाज्याच्या दिशेनं निघालो. आम्ही रोगमुक्त झालेल्या पेशंटच्या विभागापर्यंत पोहोचतो न पोहोचतो तोच दोन परिचारिका चारचाकी बिछान्यावरून कोल्टनला घेऊन येताना दिसल्या. कोल्टन सावध होता आणि मी नक्की सांगू शकतो की, तो मलाच शोधत होता. त्याच्या शक्यतो जास्त जवळ जायचा प्रयत्न करावा, ही माझी पहिली प्रतिक्रिया होती. मला वाटतं मी त्याच्याबरोबर चारचाकी बिछान्यावरही चढलो असतो; पण दोघी नर्स गोंधळतील असा विचार केला.

कोल्टनच्या लहानशा चेहऱ्याचा मी आणि सोनया पापा घेईपर्यंत परिचारिका थांबल्या. त्याचा चेहरा अजूनही निस्तेज आणि थकलेला होता. ''कसा आहेस तू दोस्ता!'' मी विचारलं.

''हाय ममी, हाय डॅडी!'' त्याच्या चेहऱ्यावर हलकं हसू उमटलं.

दोन परिचारिकांनी चारचाकी पुन्हा ढकलायला सुरुवात केली आणि काही मिनिटांनी पुढे लिफ्टवरून गेल्यावर लांबलचक व्हरांड्याच्या टोकाला असलेल्या एका लहानशा खोलीत कोल्टनला ठेवण्यात आलं. सोनया काही कागदपत्रं करण्यासाठी

गोठलेले क्षण... । ४१

थोडा वेळ खोलीबाहेर परिचारिकेच्या टेबलाकडे गेली. मी कोल्टनच्या बिछान्याजवळच्या जाळीदार डुलत्या खुर्चीवर बसून माझा मुलगा जगल्याचा आनंद लुटत राहिलो.

हॉस्पिटलच्या मोठ्या माणसांसाठी असलेल्या पलंगावर लहान मूल आणखीनच लहान वाटतं. चाळीस पौंडांपेक्षा हलका असा कोल्टनचा देह त्या पलंगपोसावर नीट दिसतही नव्हता. पलंगाच्या एक-तृतीयांश लांबीपर्यंत त्याचे पाय जेमतेम पोचत होते. त्याच्या डोळ्यांभोवती अजूनही काळी वर्तुळं दिसत होती. परंतु मला त्याचे निळे डोळे दोन तासांपूर्वीपेक्षा जास्त तेजस्वी वाटले.

''डॅडी?'' कोल्टन माझ्याकडे बघत गंभीरपणे म्हणाला.

''काय?''

तो माझ्याकडे टक लावून बघत होता आणि माझ्यावरची त्याची नजर क्षणमात्रही ढळली नव्हती.

''डॅडी, मी मृत्यूच्या अगदी जवळ गेलो होतो, हे तुम्हाला कळलं का?''

मी घाबरून गेलो. त्यानं हे कुठे ऐकलं होतं?

हॉस्पिटलमधल्या कर्मचारी वर्गाची चर्चा त्यानं ऐकली की काय? किंवा शस्त्रक्रिया करणाऱ्या डॉक्टरांचं बोलणं ॲनेस्थेशियाच्या गुंगीत असूनही त्याला कळलं की काय? तो मृत्यूच्या जवळ पोचला आहे असं काही त्याच्यासमोर आम्ही नक्कीच बोललो नव्हतो. त्याचं अपेन्डिक्स फुटून विष त्याच्या शरीरात पाच दिवसांपासून पसरत होतं हे आम्हाला कळलं, तेव्हा सोनया आणि मी तो मरणाच्या दारात आहे या कल्पनेनं घाबरलो होतो; पण हे सर्व कोल्टनसमोर बोललो नव्हतो. कारण त्यामुळे तो नक्कीच घाबरला असता.

माझा गळा दाटून आला. अश्रू येण्याची ती खूण होती. काही लोकांना पौगंडावस्थेतील त्यांची मुलं त्यांच्याबरोबर स्त्री-पुरुष संबंधांबाबत बोलू लागतात तेव्हा काहीतरी विलक्षण वाटतं. तुम्हाला ती गोष्ट जर कठीण वाटत असेल, तर शाळेतसुद्धा न जाणाऱ्या तुमच्या मुलाबरोबर मृत्यूविषयी बोलायचा प्रयत्न करा. माणसं जिथे आपल्या आवडत्या व्यक्तीला जीवन संपवायची परवानगी देतात, अशा नर्सिंग होममध्ये कोल्टन आतापर्यंत माझ्याबरोबर आला होता. मी मात्र माझ्या मुलाला तशी परवानगी देणार नव्हतो. आम्ही अजून संकटातून बाहेर पडलो नव्हतो आणि कदाचित मृत्यू येणार आहे, असं त्याला जाणवू देणार नव्हतो.

मी प्रयत्नपूर्वक माझा आवाज स्थिर ठेवला आणि माझ्या मुलाकडे बघून हसलो. ''तू फक्त लवकर बरं व्हायचा विचार कर बाळा!''

''हो, डॅडी!''

''आम्ही कायम तुझ्यासोबत आहोत. आम्ही तुझ्यासाठी प्रार्थना करतोय.'' मग मी विषय बदलला. ''आता तुला काय पाहिजे? घरचे तुझे शूरवीर हीरो आणून देऊ का?''

खोलीत आम्ही थोडाच वेळ होतो, तेवढ्यात आमच्या चर्चच्या बोर्डाचे तीन सभासद हॉस्पिटलमध्ये आले. आम्हाला ते आल्याबद्दल अगदी कृतज्ञता वाटली. ज्या माणसाचं कुटुंब मोठं नाही किंवा चर्चशी संबंध नाही, अशी माणसं काय करतात याचं मला आश्चर्य वाटतं. संकटाच्या वेळी त्यांना कुठून आधार मिळतो? माझी आई के कॅनससमधील युलिसिसहून येईपर्यंत कॅसी, नॉर्मा आणि ब्रायन यांच्याबरोबर इम्पीरिअलमध्ये राहिली. ब्रायनचे नातेवाईक नॉर्थ प्लेटमध्ये राहतात आणि ते आमच्या मदतीला आले होते. सत्त्वपरीक्षेच्या आणि दुःखाच्या प्रसंगी धर्मोपदेशक म्हणून मी आणि सोनया लोकांना नेहमी भेटत होतो. त्याचप्रमाणे आमच्या चर्चसंबंधित व्यक्तींनी संकटाची सूचना मिळाल्यावर वागावं, असं आम्हाला वाटतं. अशा गोष्टी करण्यावर आमचा अगोदरपासून विश्वास होता. आता आम्ही त्यासाठी संघटना केली आहे.

लवकरच सोनया पुन्हा खोलीत आली आणि त्यानंतर थोड्या वेळात डॉ. ओ'हॉलरन आम्हाला भेटले. आम्हाला शस्त्रक्रियेचा छेद दाखविण्यासाठी सर्जननी कोल्टनच्या अंगावरचं पांघरूण बाजूला केलं तेव्हा तो शांत पडून राहिला. त्याच्या छोट्याशा पोटाच्या उजव्या बाजूला आडवी अशी ती चीर होती. किंचित रक्त लागलेल्या पातळ कापडी पट्टीने ती चीर बांधली होती. ते ती काढू लागताच कोल्टन भीतीने बारीक आवाजात रडू लागला. त्याला काही दुखलं असं मला वाटलं नाही. कारण शस्त्रक्रियेच्या वेळी चीर पाडलेली जागा डॉक्टरनी बधिर केली होती आणि त्या ठिकाणी ॲनेस्थेशियाचा अंमल अजून होता.

कोल्टनचं आतील शरीर फुटलेल्या अपेन्डिक्सच्या विषानं अतिशय दूषित झालेलं होतं. म्हणून डॉ. ओ'हॉलरननी त्याच्या ऑपरेशनची चीर उघडी ठेवायचं ठरवलं होतं, म्हणजे त्या चिरेतून विषाचा निचरा सुरू राहिला असता.

आता डॉक्टरनी ऑपरेशनची जखम थोडी उघडली. "त्याचे टिश्यू – ऊती – काळपट करडे झाले आहेत हे पाहिलंत का?" ते म्हणाले, "जेव्हा संसर्ग होतो तेव्हा शरीराच्या आतील अवयवांची ही अवस्था होते. कोल्टनच्या शरीरातील हा सगळा काळपट रंग बदलून गुलाबी होईपर्यंत तो हॉस्पिटलमधून घरी जाऊ शकणार नाही."

कोल्टनच्या पोटाच्या दोन्ही बाजूंनी एक प्लॅस्टिकची नळी बाहेर आणली होती. त्या नळीच्या प्रत्येक टोकाला डॉक्टरांच्या भाषेत एक 'ग्रेनेड' बसविलेला होता. स्वच्छ पारदर्शक असे ते 'ग्रेनेड' थोडेसे हातबॉंबसारखे दिसत होते. परंतु ते हाताने दाबून चालविण्याचे पंप होते. दुसऱ्या दिवशी सकाळी डॉ. ओ'हॉलरन यांनी 'ग्रेनेड' दाबून कोल्टनच्या पोटातील पू कसा काढायचा ते दाखवले. त्यानंतर नळीचं तोंड नवीन गॉझ वापरून बंद करायचं होतं. पुढील काही दिवस डॉ. ओ'हॉलरन रोज सकाळी येऊन जखमा तपासून ड्रेसिंग करत होते. डॉक्टरांच्या त्या भेटीच्या वेळी

कोल्टन घाबरून जाऊन अतिशय आरडाओरडा करायचा. त्याच्या बाबतीत जे-जे वाईट घडे त्याचा संबंध तो डॉक्टरांशी जोडू लागला.

संध्याकाळी जेव्हा डॉक्टर नसत तेव्हा मलाच शस्त्रक्रियेच्या चिरेतून पू काढावा लागे. शस्त्रक्रियेच्या आधी सोनयाला जवळजवळ आठवडाभर कोल्टनच्या उलट्या काढाव्या लागल्या होत्या आणि शस्त्रक्रियेनंतर सतत कोल्टनच्या पलंगाजवळ राहायला लागलं होतं. पण 'पू' काढणं हे मोठ्या धीराचं काम होतं आणि तिला ते खूप कठीण वाटत होतं. शिवाय कोल्टनला धरून ठेवायला तिघे जण लागत असत. मी जेव्हा ग्रेनेड दाबत असे, तेव्हा सोनया दोन परिचारिकांसह कोल्टनला धरून ठेवत असे. त्याला शांत करण्यासाठी ती समजुतीचे शब्द हळुवारपणे बोलत असे, तरी कोल्टन जोरजोराने किंचाळत राही.

अपूर्व प्रार्थना

अपेन्डिक्सचं ऑपरेशन झाल्यावर एक आठवडाभर तरी कोल्टनला उलट्या सुरू होत्या. आम्ही डॉ. ओ'हॉलरननी बसविलेल्या आवश्यक अशा प्लॅस्टिक नळी आणि ग्रेनेडच्या साहाय्याने त्याच्या शरीरातील विष दिवसातून दोन वेळा पंपाने बाहेर काढत राहिलो. कोल्टनच्या तब्येतीत सावकाश तरी पायरी-पायरीने सुधारणा व्हायला लागली. त्याच्या उलट्या थांबल्या. त्याचा रंग पूर्वीसारखा होऊ लागला आणि तो थोडं खाऊ लागला. तो बसून आमच्याबरोबर गप्पा मारू लागला, तेव्हा आम्हाला कळलं की, तो सुधारण्याच्या मार्गावर आहे. तो व्हिडीओ गेम्स खेळू लागला तेव्हा त्याच्या उशाशी असणाऱ्या नर्सना समाधान वाटलं. एवढंच नव्हे, तर कॅसीनं त्याच्यासाठी थोड्या दिवसांपूर्वी आणलेला कापूस भरलेला, खेळण्यातला नवीन सिंह त्याला आवडायला लागला. शेवटी नॉर्थ प्लेटच्या हॉस्पिटलमध्ये दाखल झाल्यापासून सात दिवसांनी डॉक्टरांच्या टीमनं सांगितलं की, तुमच्या मुलाला घरी घेऊन जायला हरकत नाही.

दीर्घ काळ चाललेल्या एखाद्या यशस्वी लढाईनंतर सैनिक थकला तरी अतिशय आनंदित होतो, तशी अवस्था सोनया आणि माझी झाली होती. हॉस्पिटलमध्ये खूप दिवस राहिल्यानं जमलेल्या अनेक वस्तू आम्ही कशातरी शॉपिंग पिशव्यांत, जाड्याभरड्या कापडी पिशव्यांत आणि प्लॅस्टिक पिशव्यांत भरल्या आणि १३ मार्च रोजी लिफ्टकडे निघालो. मी चाकाच्या खुर्चीत बसलेल्या कोल्टनला ढकलत होतो आणि सोनयानं घरी निघाल्याचा आनंद सूचित करणारा फुग्यांचा मोठा गुच्छ हातात धरला होता.

लिफ्टची दारं बंद होण्यासाठी सरकायला लागली, तोच डॉ. ओ'हॉलरन हॉलच्या लिफ्टकडे जाणाऱ्या अरुंद जागेत आले आणि आम्हाला थांबविण्यासाठी

अपूर्व प्रार्थना । ४५

अक्षरशः ओरडले, ‘‘तुम्ही जाऊ शकत नाही! तुम्हाला जाता येणार नाही!’’ त्यांचा आवाज त्या टाइल्स बसविलेल्या जागेत घुमला. त्याच वेळी ते हातातील पेपर आमच्या दिशेनं हलवत होते. ‘‘आमच्यासमोर आणखी काही प्रश्न आहेत.’’

अगदी शेवटी केलेल्या रक्ततपासणीत कोल्टनच्या रॅडिकल स्पाइक – पांढऱ्या पेशींच्या संख्येत काही अचानक बदल झालेला दिसत होता.

डॉ. ओ’हॉलरननी लिफ्टच्या जवळ येऊन हे सांगितलं. ‘‘कदाचित एखादं गळू झालं असावं,’’ ते म्हणाले, ‘‘आम्हाला बहुधा पुन्हा शस्त्रक्रिया करावी लागेल.’’

मला वाटलं, सोनयाला तिथेच काहीतरी होईल. आम्ही दोघं झोम्बी जादूटोण्यानं जिवंत केलेल्या मुडद्याप्रमाणे निर्जीव चालत होतो आणि आमची सहनशक्ती संपली होती. कोल्टन धो-धो रडायला लागला.

आणखी एका सीटी स्कॅनमधून कळलं की, कोल्टनच्या पोटात नवीन संसर्ग झाला आहे. त्याच दिवशी संध्याकाळी डॉ. ओ’हॉलरन आणि त्यांच्या टीमला आमच्या छोट्या मुलाची दुसऱ्यांदा शस्त्रक्रिया करून त्याला आतून स्वच्छ करावं लागलं. या वेळी सोनया आणि मी घाबरलो नव्हतो. कोल्टनच्या चेहऱ्यावरील मृत्यूची छाया दूर झाली होती, पण आम्हाला एक नवीनच काळजी लागली होती : कोल्टननं दहा दिवस तरी काही खाल्लं नव्हतं. त्याचं वजन सुरुवातीला साधारण चाळीस पौंड होतं. आता ते आणखी कमी झालं होतं. त्यामुळे त्याची कोपरं व ढोपरं देहाच्या मानानं मोठी वाटत होती आणि त्याचा चेहरा अगदी भुकेल्या अनाथ मुलाप्रमाणे वाळून गेला होता.

शस्त्रक्रिया झाल्यावर मी आमची काळजी डॉ. ओ’हॉलरनना बोलून दाखविली, ‘‘जवळजवळ दोन आठवडे कोल्टननं थोडी फळांची जेली किंवा मटणसूप याशिवाय काही खाल्लं नाहीये,’’ मी म्हणालो, ‘‘लहान मूल खाल्ल्याशिवाय किती काळ तग धरू शकेल?’’

डॉ. ओ’हॉलरननी कोल्टनला अतिदक्षता विभागात हलवलं आणि त्याला अन्ननळीतून जास्त पोषक द्रव्य देण्यास सांगितलं. अतिदक्षता विभागातील बिछान्याची आवश्यकता कोल्टनइतकीच आम्हाला होती, असं मला वाटलं. कोल्टननं जोपर्यंत काही खाल्लं नव्हतं, तोपर्यंत आम्ही धड झोपलो नव्हतो. आम्ही अगदी तुटून-फुटून गेलो होतो. कोल्टनला अतिदक्षता विभागात ठेवलं, तरच डॉक्टर आम्हाला विश्रांती घ्यायला सांगू शकले असते.

‘‘आज रात्रीपर्यंत कोल्टनला बरं वाटेल.’’ ते आम्हाला म्हणाले, ‘‘त्याच्याजवळ सतत नर्स असेल. काहीही झालं तरी त्याची काळजी घ्यायला कोणीतरी तिथेच असेल.’’

खरं सांगतो, आम्हाला इतका थकवा आला होता. ते शब्द मला वाळवंटातील

४६ । स्वर्गाचा साक्षात्कार

ओॲसिसप्रमाणे– हिरवळीच्या प्रदेशाप्रमाणे वाटले.

कोल्टनला एकटं सोडून जाण्याची भीती वाटली, पण डॉ. ओ'हॅलरनचं सांगणं योग्य होतं, हेही आम्हाला ठाऊक होतं. हॅरिस कुटुंबाचं ग्रीलेमधील घर सोडल्यापासून प्रथमच सोनया आणि मी त्या रात्री एकत्र होतो. आम्ही बोललो, आम्ही रडलो, आम्ही एकमेकांना धीर दिला. पण बहुतेक वेळ जहाज फुटून वाचलेल्या प्रवाशांना प्रथमच कोरडी, उबदार रात्र मिळावी त्याप्रमाणे आम्ही गाढ झोपलो.

अतिदक्षता विभागात एक रात्र घालविल्यावर कोल्टनला हॉस्पिटलमधल्या दुसऱ्या खोलीत हलविण्यात आलं. पुन्हा आमचा प्रतीक्षेचा काळ सुरू झाला. *कोल्टन इथून केव्हा बाहेर पडेल? घरी जाऊन आमचं नेहमीचं आयुष्य आम्ही कधी जगू शकू?* आता कोल्टनच्या आतड्यांनी आपलं काम करणं थांबवलं असावं. तो शी-शू करू शकत नव्हता. तासातासानं तो आणखी दीनवाणा होत होता.

"डॅडी, माझ्या पोटात दुखतंय," तो अंथरुणात पडून कण्हू लागला. डॉक्टर म्हणाले त्याच्या पोटातील गॅस खालच्या वाटेने बाहेर पडला, तर ती चांगली खूण असेल. आम्ही त्याला हॉलमध्ये फिरवून गॅस बाहेर पडेल असा प्रयत्न केला, पण कोल्टन पाय ओढत सावकाश चालला. वेदनेने पोट दाबून धरू लागला. काहीही केलं तरी त्याचा उपयोग होईना. दुसऱ्या शस्त्रक्रियेनंतर चौथ्या दिवशी तो बिछान्यावर पडून बद्धकोष्ठतेमुळे होणाऱ्या यातना सोसू लागला. त्या संध्याकाळी डॉ. ओ'हॅलरन आणखी वाईट बातमी घेऊन आले.

"सॉरी, मला माफ करा," ते म्हणाले, "तुम्हाला खूप सोसावं लागलं, हे मला माहीत आहे. मला वाटलं कोल्टनसाठी इथे शक्य तेवढं आम्ही केलं. त्याला आता ओमाश किंवा डेनव्हरमधल्या मुलांच्या हॉस्पिटलमध्ये नेणं योग्य होईल, असा आम्ही विचार करतोय."

पंधरा दिवसांतच पाच रात्रींची झोप पुरवायची अशी आम्ही आपापसात व्यवस्था केली होती. दमवून टाकणारे दोन आठवडे कोल्टनच्या बिछान्याजवळ काढल्यावर आम्ही हळूहळू नेहमीच्या आयुष्याला सुरुवात केली होती... लिफ्टचं दार अक्षरशः बंद होऊन आमचं कुटुंब शुभेच्छा देणाऱ्या फुग्यांसह आत होतं... आता आमच्या भोवतालचं जग पुन्हा कोसळून पडलं होतं. पुन्हा आमच्या मुलाला यातना होत होत्या आणि त्यांचा शेवट कुठे दिसत नव्हता. आम्हाला क्षितिजसुद्धा कुठे दिसत नव्हतं.

आता आणखी काही वाईट घडणार नाही, असं आम्हाला वाटलं तेव्हाही वाईट घडलं होतं : वसंत ऋतूतील विचित्र हिमवादळ मध्यपश्चिमेला सरकत होतं. दोन तासांतच वाऱ्यानं वाहून आणलेले बर्फाचे ढीगच्या ढीग हॉस्पिटलच्या दारात आणि वाहनतळाच्या जागेत चाकांच्या उंचीपर्यंत जमले. ओमाहाच्या मुलांच्या हॉस्पिटलला

अपूर्व प्रार्थना । ४७

आठ तासांपूर्वी किंवा डेनव्हरच्या हॉस्पिटलमध्ये तीन तासांपूर्वी जायचं ठरवलं असतं, तरी कोठल्यातरी एका ठिकाणी जायला आम्हाला भरपूर विमानं मिळाली असती.

सोनयाचा धीर सुटला तीच ही वेळ! ''मला आता हे सहन होत नाही...'' ती हे बोलली आणि तिच्या डोळ्यांतून अश्रू वाहू लागले.

त्याच वेळी चर्चमधील लोकांनी एकत्र येऊन 'गंभीर प्रार्थना करायची हीच वेळ आहे' असं ठरवलं. चर्चमधील मित्रांनी फोन करायला सुरुवात केली आणि लवकरच साधारण ऐंशी जण वेस्लेयानच्या दिशेनं प्रार्थना करण्यासाठी गाड्या घेऊन निघाले. त्यांतील काही आमच्या व काही इतर चर्चशी संबंधित होते. तरी ते सगळे आमच्या मुलासाठी प्रार्थना करायला एकत्र जमले होते.

ब्रॅड डिल्लननं माझ्या सेलवर फोन केला आणि काय चाललंय ते सांगितलं. ''नेमकी कोणत्या गोष्टीसाठी आम्ही प्रार्थना करू?'' त्यानं विचारलं.

त्याला तसं सांगणं मला जरा अवघड वाटलं; पण डॉ. ओ'हॉलरननी कोल्टनच्या बाबतीत जे चांगलं चिन्ह आहे असं सांगितलं होतं, तेच मी त्याला सांगितलं. त्या रात्री ऐंशी माणसं एकत्र जमून त्यांनी कोणा एकाच्या पोटातील गॅस खालच्या नैसर्गिक वाटेने बाहेर पडावा यासाठी प्रार्थना करावी, ही लिखित इतिहासातील एकमेव नोंद असावी!

अर्थात त्यांनी हवामान निवळावं म्हणजे आम्हाला डेनव्हरला जाता येईल आणि कोल्टनला लवकर बरं वाटावं अशीही प्रार्थना केली. अवघ्या एका तासात पहिल्या प्रार्थनेला उत्तर मिळालं.

लगेच कोल्टनला थोडं बरं वाटायला लागलं. त्या संध्याकाळी तो बाथरूममध्ये जाऊ शकला. दुसऱ्या दिवशी सकाळी तो काहीच भयानक न घडल्यासारखा आपल्या खोलीत खेळत बसला होता. त्याला तसं बघून सोनया आणि माझा आमच्या डोळ्यांवर विश्वास बसत नव्हता. कोल्टन अतिशय हडकुळा झाला होता, एवढं सोडल्यास तो पुन्हा पूर्वीसारखा वाटत होता. बारा तासांपेक्षा कमी वेळात अतिशय निराशाजनक स्थिती ते पूर्णपणे सामान्य एवढ्या चक्रात आम्ही फिरलो.

सकाळी ९ वाजता डॉ. ओ'हॉलरन त्यांच्या रुग्णाला तपासायला आले. बिछान्यातून उठून आपल्या काल्पनिक नायकांच्या खेळण्यातील चित्रांशी खेळत असलेल्या हसऱ्या, उत्साही कोल्टनला पाहून त्यांच्या तोंडातून शब्द फुटेना. बराच वेळ स्तब्ध उभे राहून ते एकटक त्याच्याकडे बघत राहिले. चकित होऊन त्यांनी कोल्टनला तपासलं आणि त्याचं आतलं शरीर सुधारण्याच्या मार्गावर आहे, ही तीन-तीनदा खात्री करून घेण्यासाठी पुन्हा सर्व टेस्ट्स करायला सांगितलं. या वेळी कोल्टन सीटी स्कॅन विभागापर्यंतची वाट उड्या मारत गेला.

कोल्टनच्या बदललेल्या स्थितीची खात्री करून घेण्यासाठी आम्ही हॉस्पिटलमध्ये आणखी दीड दिवस राहिलो. मला वाटतं, त्या छत्तीस तासांत नेहमीपेक्षा जास्त संख्येने परिचारिका खोलीतून आत-बाहेर करत होत्या. एका वेळी एक-दोन परिचारिका हळूच आत येत होत्या. प्रत्येक वेळी त्यांची प्रतिक्रिया सारखीच होती. त्या फक्त उभं राहून आमच्या लहानग्या मुलाकडे एकटक बघत होत्या.

कोल्टन बर्पो - एक मुनीम

हॉस्पिटलमधून घरी गेल्यावर आम्ही एक आठवडाभर फक्त झोपलो. ठीक आहे, मी कदाचित अतिशयोक्ती करत असेन... पण फार जास्तही नाही. सोनया आणि मी पूर्णपणे थकलो होतो. गाडीच्या भीषण अपघातानंतरचे सतरा कसोटीचे दिवस पार पडावेत तसं आमचं झालं होतं. आमच्या जखमा बाहेरून दिसत नव्हत्या, पण जीव पिळवटून टाकणारी चिंता आणि मानसिक ताण यांचा आमच्यावर परिणाम झाला होता.

घरी गेल्यावर एक आठवडाभरानं सोनया आणि मी स्वयंपाकघरात पैशाविषयी बोलत उभे होतो. ती मायक्रोवेव्हजवळील आटोपशीर टेबलाजवळ उभी राहून, कोल्टन हॉस्पिटलमध्ये असताना साठलेल्या पत्रांच्या मोठ्या ढिगाची वर्गवारी करत होती. एक-एक पाकीट उघडून प्रत्येक वेळी ती टेबलावर ठेवलेल्या कागदावर आकडा लिहीत होती. स्वयंपाकघरात तिच्या विरुद्ध टोकाला असलेल्या कपाटाला टेकून मी उभा होतो. तरी ती लिहीत असलेल्या आकड्यांची यादी खूप लांबलचक होती, हे मला दिसत होतं.

शेवटी तिनं पेन बंद करून टेबलावर ठेवलं. ''या आठवड्यात ही बिलं भागवण्यासाठी किती पैशांची मला जरूर आहे तुला कळतंय का?''

घराचा आणि व्यवसायाचा जमाखर्च सोनयाच ठेवत असल्यानं हा प्रश्न मला ती नेहमीच विचारायची. ती अर्ध वेळ शिक्षक म्हणून काम करायची. त्यामुळे निश्चित असं उत्पन्न आम्हाला मिळायचं, पण तो स्रोत छोटा होता. मला धर्मोपदेशक म्हणून मिळणारा पगारसुद्धा कमी होता. त्याला जोड होती, चर्चशी एकनिष्ठ असणाऱ्या व्यक्तींनी दिलेला आपल्या उत्पन्नातील हिस्सा. माझ्या मिळकतीतला मोठा हिस्सा गॅरेजच्या दारांच्या व्यवसायातून येत होता. ते उत्पन्न सीझनप्रमाणे चंद्राच्या कलेसारखं

५० । स्वर्गाचा साक्षात्कार

कमी-जास्त व्हायचं. प्रत्येक पंधरा दिवसांनी सोनया मला जमाखर्च दाखवत असे, फक्त घरातीलच नव्हे; तर व्यवसायातील देणं-घेणंसुद्धा. आता त्याच्याबरोबर हॉस्पिटलची प्रचंड बिलं होती.

मी अंदाजे जमाखर्च माझ्या डोक्यात मांडला होता आणि तिला खर्चाची शक्यता बोलून दाखविली. ''साधारणपणे तेवीस हजार डॉलर्सच्या जवळपास... बरोबर?''

''हो.'' तिने उत्तर दिलं आणि सुस्कारा सोडला.

ती रक्कम जणूकाही दशलक्ष डॉलर्स असावी, इतकी आम्हाला मोठी वाटली. आधी माझा पाय मोडला; नंतर हायपरप्लासिया. त्यामुळे गॅरेजच्या दरवाजांचं काम मी करू शकलो नव्हतो. आमची सगळी पुंजी आधीच संपली होती. मी पुन्हा पूर्ण वेळ कामाला लागतो न लागतो, तोच कोल्टनच्या आजारपणाचा दणका बसला. त्यामुळे मी आणखी एक महिना काम करू शकलो नव्हतो. एखादी लॉटरी लागली असती तरच तेवीस हजार डॉलर्स जमायची शक्यता होती, पण आम्ही लॉटरीचं तिकीट घेत नसल्यानं तीही शक्यता शून्य होती.

''तुझं काही येणं आहे का? आत्ता वसूल करता येण्याजोगं?'' सोनयानं विचारलं.

तिनं हे विचारलं कारण दुसरा पर्याय नव्हता, तरी तिला उत्तर माहीत होतं. मी नकारार्थी डोकं हलविलं.

''मी यातील काही देणी पुढे ढकलू शकते,'' ती पाकिटांच्या ढिगाकडे बघत मान हलवत म्हणाली. ''पण यातील एक-दशांश बिलं तरी लगेच दिली पाहिजेत.''

इम्पीरिअलसारखं लहानसं गाव खरं कसं थोर असतं, याचं हे आश्चर्यकारक चित्र पाहा. पेट्रोल पंप, किराणा दुकान किंवा भांड्याच्या दुकानात लोकांचे हिशेब लिहिलेले असतात. थोडक्यात खातं उघडलेलं असतं. आम्हाला पेट्रोल भरायचं असेल किंवा ब्रेड घ्यायचा असेल, तर आम्ही चटकन जातो आणि एक सही करतो. मग महिन्याच्या दहा तारखेला सोनया पंधरा मिनिटांची एक फेरी मारून सगळी बिलं भागवून टाकते. त्या लहानशा गावात राहत असताना 'दहा तारखेची बिलं देणं' ही एक सहज होणारी गोष्ट आहे.

मी सुस्कारा सोडला, ''मी सर्व परिस्थिती सांगून थोडा अधिक वेळ मागून घेऊ शकेन.''

सोनयानं इतरांपेक्षा जाड असा पेपरांचा छोटा गठ्ठा हातात घेतला. ''वैद्यकीय बिलं यायला सुरुवात झाली आहे. त्यातलं एक बिल चौतीस हजार डॉलर्सचं आहे.''

''इन्शुरन्स कव्हर किती आहे?''

''तीन हजार दोनशे डॉलर्स त्यातून वजा होतील.''

''ती रक्कमसुद्धा आपण आत्ता देऊ शकत नाही,'' मी म्हणालो.

''तरीसुद्धा देणगीचा चेक मी लिहू का?'' आम्ही दर आठवड्याला चर्चला देणगी देत होतो, त्या संदर्भात सोनयानं विचारलं.

''होय, नक्कीच!'' मी सांगितलं. परमेश्वरानं आमचा मुलगा नुकताच आम्हाला परत दिला होता. तेव्हा त्याला काही परत द्यायचं नाही, असं होणं शक्य नव्हतं.

त्याच क्षणी कोल्टन बैठकीच्या खोलीतून स्वयंपाकघराच्या कोपऱ्याशी आला आणि चमत्कार घडावा तसं त्यानं जे जाहीर केलं, त्यानं आम्ही चकित झालो. आजपर्यंत ते बोलणं माझ्या कानात घुमत आहे.

तो टेबलाच्या कडेला कमरेवर हात ठेवून उभा राहिला. ''डॅड, जीझसनं मला मदत करण्यासाठी डॉ. ओ'हॉलरन यांना योजलं होतं.'' टेबलाच्या जवळ कमरेवर हात ठेवून तो अजूनही उभा होता. ''तुम्ही त्यांना फी दिली पाहिजे.''

नंतर तो वळला आणि बाहेर गेला. स्वयंपाकघराच्या कोपऱ्याशी वळून दिसेनासा झाला.

सोनया आणि मी एकमेकांकडे पाहत राहिलो.

काय म्हणाला तो?

आम्हाला थोडा धक्काच बसला. कारण आतापर्यंत कोल्टनला सर्जन म्हणजे काहीतरी खुपसणारे, कापणारे, टोचणारे, पू काढणारे किंवा वेदना यांचं उगमस्थान असं वाटत होतं. हॉस्पिटलमधून घरी येऊन एक आठवडाच झाला होता आणि आता त्याचं मन बदललं असावं, असं मला वाटलं.

''छान! मला वाटतं डॉ. ओ'हॉलरन आता त्याला आवडत असावेत,'' सोनया म्हणाली.

त्या चांगल्या डॉक्टरना माफ करण्याइतकं कोल्टनचं हृदय परिवर्तन झालं असलं, तरी त्याचं ते स्वयंपाकघरातलं छोटंसं वक्तव्य विलक्षण गूढ वाटत होतं. जेमतेम चार वर्षांची किती मुलं आपल्या कुटुंबाची आर्थिक ओढाताण जाणतात आणि पुन्हा देणेकऱ्यांचं देणं परत द्यायचा आग्रह धरतात? विशेषतः त्याला जो देणेकरी आवडत नाही त्याच्यासाठी.

ज्या पद्धतीनं त्यानं ते सांगितलं, ''डॅड, जीझसनं मला मदत करण्यासाठी डॉ. ओ'हॉलरन यांना योजलं होतं.'' ती पद्धतही विलक्षण!

त्याहीपेक्षा विलक्षण म्हणजे जे पुढे घडलं होतं. तेवीस हजार डॉलर्सचं बिल दिलं नव्हतं आणि ते लगेच भरायचं होतं. आम्ही काय करणार होतो, हे आम्हाला माहीत नव्हतं. सोनया आणि मी बँकेकडून कर्ज मिळवण्याबाबत चर्चा केली; परंतु कर्जाची आवश्यकता पडली नाही. प्रथम कॅनससमधील युलिसिस येथील माझी आजी इलेन हिनं आम्हाला हॉस्पिटलची बिलं भरायला मदत व्हावी म्हणून एक लठ्ठ

चेक पाठवला. नंतर एकाच आठवड्यात पोस्टानं आणखी चेक यायला सुरुवात झाली. पन्नास, शंभर, दोनशे डॉलर्सचे. त्यांच्याबरोबर पत्र किंवा चिठ्ठी असायची. त्यावर 'आम्ही तुमच्या संकटाविषयी ऐकलं आणि आम्ही तुमच्यासाठी प्रार्थना करतोय,' किंवा 'हे पाठविण्यासाठी परमेश्वरानं मला प्रेरणा दिली. मला वाटतं तुम्हाला थोडी मदत होईल.' अशा ओळी लिहिलेल्या असायच्या.

त्या आठवड्याच्या शेवटी आमची पत्रपेटी पुन्हा भरली. फक्त देणग्यांनी; बिलांनी नव्हे. चर्चच्या सभासदांनी, जवळच्या मित्रांनी, लांबून ओळखणाऱ्या लोकांनीसुद्धा आमची गरज भागवली. आम्ही त्यांना त्यासाठी विचारलंही नव्हतं. सर्व चेक मिळून रक्कम हजारो डॉलर्स झाली आणि आम्ही चकितच झालो. कारण माझ्या आजीनं पाठविलेली रक्कम त्यात घातल्यावर जी पुंजी जमली, ती जवळजवळ तातडीनं द्यायच्या बिलांच्या रकमेएवढी होती.

कोल्टन हा पैसे जमा करणारा छोटासा मुनीम झाल्यावर थोड्याच दिवसांनी एका अडचणीत सापडला. विशेष काही नाही; पण एका मित्राच्या घरी काही खेळण्यांवरून खेचाखेच झाली. त्या संध्याकाळी मी कोल्टनला स्वयंपाकघरातल्या टेबलाजवळ बोलावलं. मी सरळ खुर्चीत बसलो होतो आणि तो माझ्या शेजारच्या खुर्चीत चढून गुडघे टेकून बसला होता. कोपरांवर झुकून आपल्या आभाळासारख्या निळ्या-निळ्या स्वप्नाळू डोळ्यांनी तो माझ्याकडे बघत होता.

तुमच्या घरात अजून शाळेत न जाणारं मूल असेल, तर तुम्हाला हे नक्कीच कळेल. ते मोहक दिसत असताना त्यांना गंभीरपणे शिस्त लावणं खूप कठीण असतं. तरी मी माझ्या चेहऱ्यावर गंभीर भाव आणला, "कोल्टन," मी बोलायला सुरुवात केली, "तू त्रासात का सापडला आहेस, हे तुला कळलंय का?"

"हो. मी इतरांना खेळणी दिली नाहीत म्हणून," आपले डोळे खाली टेबलाकडे वळवत त्यानं म्हटलं.

"बरोबर आहे. हे तू पुन्हा करता कामा नये, कोल्टन. तू लोकांशी अधिक चांगलं वागायला पाहिजे."

कोल्टननं नजर वर करून माझ्याकडे पाहिलं. "होय. मला कळलंय, डॅड! मी चांगलं वागलं पाहिजे, असं जीझसनं मला सांगितलं होतं."

त्याच्या बोलण्याचं मला थोडं आश्चर्य वाटलं. विशेषतः त्यानं ज्या पद्धतीनं सांगितलं त्यामुळे : *जीझसनं मला सांगितलं होतं....*

पण मी तो विचार बाजूला सारला. त्याच्या रविवारच्या शाळेतील शिक्षकांनी चांगली कामगिरी केली आहे, असा मी विचार केला.

कोल्टन बर्पो - एक मुनीम । ५३

''म्हणजे जीझसनं योग्य तेच सांगितलं, असंच ना?'' हे मी बोललो आणि तो विषय तिथेच संपला. मला वाटतं मी कोल्टनशी दुसऱ्याला वस्तू न देण्याच्या परिणामाबाबत वेगळं काही बोललो नाही. या सर्व घटनेत जीझस असल्यानं त्याच्यापेक्षा माझा दर्जा नक्कीच खालचा होता.

दोन आठवड्यांनंतर मी चर्चमधील एका अंत्यविधीविषयक क्रियाकर्मांची तयारी करत होतो. मरण पावलेला माणूस आमच्या चर्चच्या धार्मिक सभेचा सभासद नव्हता. नियमित चर्चमध्ये न येणाऱ्या गावातील लोकांना आपल्या प्रिय व्यक्तीसाठी हमखास चर्चमध्ये विधीपूर्वक अंत्यविधी हवा असतो. कधीकधी मृत झालेली व्यक्ती चर्च सभासदाची नातेवाईक किंवा मित्र असते.

सोनया आणि माझी पुढे होणाऱ्या सार्वजनिक प्रार्थनेविषयीची चर्चा कोल्टननं ऐकली असावी. कारण एका सकाळी तो बैठकीच्या खोलीत आला आणि त्यानं माझा शर्ट ओढला. ''डॅडी, डॅडी, अंत्यविधी म्हणजे काय?''

कोल्टन जन्मल्यापासून चर्चमध्ये मी अनेक अंत्यविधी पार पाडले होते. पण आता घटना कशा व का घडतात याची उत्सुकता वाढते, अशा वयात तो आला होता.

''ठीक आहे, सांगतो. कोणीतरी मरण पावतं, तेव्हा अंत्यविधी होतो. या गावातील एक माणूस मरण पावला आहे आणि त्याचं कुटुंब त्याला निरोप देण्यासाठी चर्चमध्ये येणार आहे.''

लगेच कोल्टनची वागणूक बदलली. त्याच्या चेहऱ्यावरच्या रेषा गंभीर दिसू लागल्या. तो रागानं माझ्या डोळ्यांकडे रोखून बघू लागला. ''या माणसाच्या अंतःकरणात जीझस होता का?''

तो मरण पावलेला माणूस ख्रिश्चन होता का... त्यानं जीझसला आपला रक्षणकर्ता मानलं होतं का... असे प्रश्न माझा मुलगा मला विचारत होता. त्याच्या विचारण्याच्या तीव्रतेमुळे मी बेसावध पकडलो गेलो. ''मला नक्की ठाऊक नाही कोल्टन!'' मी म्हणालो, ''मी त्याला नीट ओळखत नव्हतो.''

एकदम खूप काळजी दिसू लागल्यानं कोल्टनचा चेहरा बदलला. *''त्यानं आपल्या अंतःकरणात जीझसला स्थान द्यायला हवं होतं, त्यानं जीझसला जाणायला हवं होतं, नाहीतर त्याला स्वर्ग मिळणार नाही.''*

त्याच्या भावनेच्या तीव्रतेनं मी चकित झालो. विशेष म्हणजे त्या माणसाला कोल्टन ओळखतही नव्हता. मी त्याला शक्य तितकं शांत करण्याचा प्रयत्न केला. ''मी त्याच्या कुटुंबीयांशी बोललो. त्यांनी सांगितलं की, मरण पावलेला माणूस जीझसचा भक्त होता.'' मी सांगितलं.

कोल्टनचं पूर्णपणे समाधान झालेलं दिसत नव्हतं; पण त्याच्या चेहऱ्यावरचा

५४ । स्वर्गाचा साक्षात्कार

ताण थोडा कमी झाला. ''तर मग... ठीक आहे.'' असं म्हणून तो निघून गेला.

त्या दोन आठवड्यांत दुसऱ्यांदा मला असं वाटलं की, *वा! ते रविवारच्या शाळेतील शिक्षक नक्कीच चांगलं काम करत आहेत.*

त्या रविवारी सोनयानं कॅसी आणि कोल्टनला रविवारचे खास कपडे घातले. आम्ही काही इमारतींपलीकडे असणाऱ्या चर्चकडे अंत्यविधीसाठी तयार व्हायला निघालो. आम्ही गाडीतून तिथे पोहोचलो, तेव्हा लीव्हर फ्यूनरल होमची शववाहिनी बाहेर उभी केलेली होती. एक ओकच्या लाकडाची घासून तकाकी आणलेली शवपेटी आतील प्रशस्त हॉलमध्ये ठेवली होती.

त्या प्रशस्त हॉलकडून उघडी दारं असलेल्या दोन वाटा आतील गाभाऱ्याकडे जात होत्या. तिथे 'फुलं वाहण्यासाठी' कुटुंबीय जमले होते. इम्पीरिअलला येण्याआधी मी कधी 'फुलं वाहण्या'बद्दल ऐकलं नव्हतं, पण ती छान कल्पना आहे असं मला आता वाटतं. सगळे कुटुंबीय अंत्यविधीचे उपचार ज्या ठिकाणी होतात तिथे जमतात. तिथली व्यवस्था पाहणारा माणूस प्रत्येक रोप, पुष्पचक्र आणि फुलांची रचना यांकडे सर्वांचं लक्ष वेधतो. ती कुणी पाठविली ते सांगतो आणि त्याबरोबर जोडलेले सहानुभूतीचे संदेश मोठ्यानं वाचतो. 'ही सुंदर जांभळी अझालियाची फुलं स्मिथ कुटुंबाकडून प्रेमळ आठवणीखातर तुला वाहिली आहेत' – अशा प्रकारे.

धर्मोपदेशक फुलं वाहण्याच्या वेळी तेथे येतो. मी आत डोकावलो आणि व्यवस्थापकाकडे पाहिलं. त्यानं मान हलविली. ते सर्व निघण्यासाठी तयार असल्याची ती खूण होती. मी कॅसी आणि कोल्टनला एकत्र आणण्यासाठी वळलो. त्याच वेळी कोल्टननं शवपेटीकडे बोट दाखवून विचारलं, ''ते काय आहे, डॅडी?''

मी शक्यतो सोपं असं सांगितलं, ''ती शवपेटी आहे. मरण पावलेला माणूस त्यात आहे.''

अचानक कोल्टनच्या चेहऱ्यावर अतिशय चिंता दाटून आली. त्यानं आपल्या मांड्यांवर मूठ आपटली आणि नंतर शवपेटीकडे बोट दाखवून तो जवळजवळ ओरडला, ''त्या माणसाच्या अंतःकरणात जीझस आहे का?''

सोनयाचे डोळे विस्फारले. आम्ही दोघांनी गाभाऱ्याकडे जाणाऱ्या वाटेकडे पाहिलं. आमच्या मुलाचं ओरडणं आतील कुटुंबाच्या कानावर पडेल, असं वाटून आम्ही घाबरलो.

''त्यानं जीझसला मानलं पाहिजे. मानलंच पाहिजे!'' कोल्टन ओरडत होता, ''त्यानं जीझसला मानलं नाहीतर तो स्वर्गात जाऊ शकणार नाही.''

सोनयानं कोल्टनच्या खांद्यांना धरलं आणि ती त्याला शांत करू लागली, पण तो शांत होत नव्हता. जवळजवळ रडत कोल्टननं तिचा हात बाजूला केला आणि तो माझ्याकडे बघून ओरडला, ''त्यानं जीझसला जाणलं पाहिजे, डॅड!''

सोनयानं त्याला गाभाऱ्यापासून दूर, चर्चच्या पुढील दाराकडे ओढत नेलं. कॅसी मागोमाग धावली. बाहेर सोनया वाकून कॅसी आणि कोल्टनशी बोलताना मी काचेच्या दरवाज्यातून पाहिलं. नंतर कॅमीने अजून झगडणाऱ्या आपल्या भावाचा हात धरला आणि जवळच असलेल्या आमच्या घराकडे जायला सुरुवात केली.

काय विचार करावा ते मला कळेना. एखादा परका माणूस तरून जाईल की नाही किंवा त्याच्या अंतःकरणात जीझस होता का, हे कोल्टनचे शब्द कुठून आले?

मला एवढंच वाटलं : काहीतरी डोक्यात आल्यावर विचार न करता पटकन बोलून टाकण्याच्या वयात कोल्टन होता. एकदा नेब्रास्कामधील माद्रिद येथील उपाहारगृहात मी कोल्टनला नेलं होतं. तिथे एक खूप लांब केसांचा माणूस आत आला. कोल्टननं मोठ्यांदा विचारलं की, तो मुलगा होता की मुलगी. त्यामुळे मग मृत माणूस ख्रिश्चन आहे की नाही हे नक्की माहीत नसेल, तर आम्ही कोल्टनला अंत्यविधीसाठी बराच काळ नेत नव्हतो. तो काय बोलेल किंवा करील याची आम्हाला खात्री नव्हती.

स्वर्गाचा साक्षीदार

कोल्टनचं ऑपरेशन होऊन अजून चार महिने व्हायचे होते. चार जुलैला आम्ही आमच्या नवीन भाच्याला भेटायला निघालो होतो. त्याच वेळी आमच्या मुलाच्या बाबतीत काहीतरी विलक्षण घडलंय, असं सोनया आणि मला खात्रीनं वाटू लागलं. हॉस्पिटलमध्ये असल्यापासून अनेक वेळा कोल्टन विशिष्ट तऱ्हेनं बोलला आणि वागला होता. डॉ. ओ'हॉलरनचं बिल आम्ही द्यावं, कारण जीझसनं त्यांना त्याला मदत करण्यासाठी 'योजलं' होतं, याबद्दल कोल्टन आग्रही होता. जीझसनं त्याला 'सांगितलं' की, त्यानं चांगलं वागलंच पाहिजे, असं त्याचं म्हणणं होतं. तसंच त्याचं अंत्यविधीच्या प्रसंगी थोडं त्रासदायक तरी आवेशपूर्ण वागणं, आमच्या रोजच्या धावपळीच्या कौटुंबिक जीवनात हे छोटे-छोटे प्रसंग आम्हाला मोहक वाटत होते. फक्त अंत्यविधीच्या वेळची त्याची वागणूक मात्र गूढ होती.

तरी ती वागणूक *'अलौकिक'* वाटली नाही. आम्ही दक्षिण डाकोटाला जाताना वाटेत नॉर्थ प्लेटजवळ जाईपर्यंत मला ते जाणवलं नाही. आम्ही गावातून जात असताना मी कोल्टनला चिडवत होतो, हे तुम्हाला आठवत असेल.

''कोल्टन, इथे आपण वळलो तर पुन्हा हॉस्पिटलला पोहोचू,'' मी म्हणालो, ''तुला जायचंय का हॉस्पिटलमध्ये?''

त्याच संवादात कोल्टन म्हणाला होता की, 'तो आपल्या शरीराबाहेर जाऊन वर गेला होता', 'देवदूतांशी बोलला होता' आणि 'जीझसच्या मांडीवर बसला होता.' तो ज्या पद्धतीनं सांगत होता त्यावरून आम्हाला हे कळलं की, तो आपलं आपण काही त्यात घालत नव्हता. तसंच हॉस्पिटलच्या दुसऱ्या विभागात आम्ही काय करत होतो, हे तो बरोबर सांगू शकत होता : ''तुम्ही एकटे एका लहानशा खोलीत प्रार्थना करत होतात आणि ममी वेगळ्याच खोलीत प्रार्थना करत होती

आणि ती फोनवरही बोलत होती.''

त्या लहानशा खोलीत परमेश्वरासमोर मी मानसिकदृष्ट्या ढासळलो होतो, हे सोनयानंही बघितलं नव्हतं.

त्या आमच्या सुट्टीतील सफरीत गेल्या काही महिन्यांतील घटना अचानक आमच्या लक्षात आल्या. रुबिक्स क्यूबच्या खेळात जसं शेवटी-शेवटी तो ठोकळा पटपट पिरगळावा त्याप्रमाणे कोल्टनच्या बाबतीत जे विलक्षण घडलं, ते तो पहिल्यांदाच आम्हाला सांगत नाहीये, हे सोनयाच्या आणि माझ्या लक्षात आलं. फक्त आता ते जास्त स्पष्ट झालं होतं.

आम्ही सिऑक्स फॉल्सला पोचलो आणि आमच्या गोडशा भाच्याला बघण्यात गुंतलो. नवीन कौटुंबिक घडामोडींबद्दल बोललो. धबधबा बघायला गेलो. या सगळ्यात आम्हाला कोल्टनच्या अपरिचित साक्षात्काराबद्दल बोलायला फारसा वेळ मिळाला नाही. परंतु झोपण्यापूर्वीच्या शांत वेळी वेगवेगळी चित्रं माझ्या मनात उमटली. विशेषतः हॉस्पिटलमधल्या त्या लहानशा खोलीत परमेश्वरावर चिडत घालविलेले ते भयानक क्षण : माझा राग आणि दुःख प्रकट करताना मी अगदी एकटा होतो, अशी माझी कल्पना होती. कारण सोनयासाठी मला खंबीर राहायला हवं होतं म्हणून; पण माझा मुलगा म्हणत होता की, त्यानं मला पाहिलं होतं....

आमची छोटीशी सुट्टी नवीन काही अरिष्ट न कोसळता संपली. माझं रविवारचं प्रवचन देण्यासाठी आम्ही इम्पीरिअलला वेळेत पोचलो. पुढच्याच आठवड्यात सोनया आणि तिची मैत्रीण शेरी कोहेनहोल्स या दोघी कोलोराडो स्प्रिंग्ज येथे 'पाइक्स पीक वर्कशॉप फेस्टिव्हल'साठी गेल्या. तेथे चर्चमधील धर्मोपदेशकांच्या संगीताबद्दल चर्चा करण्यासाठी परिषद होती. त्यामुळे मी आणि मुलं घरी राहिलो.

प्रचंड वावटळ येण्याची शक्यता असलेल्या प्रदेशातील घरांप्रमाणे आमच्या एकमजली घराला खाली तळघर आहे. अर्धवट बांधलेल्या तळघरात एक लहानसं ऑफिस आणि स्नानगृह असून, एक साधीसुधी, मोठी, कोणत्याही कामाला वापरता येण्याजोगी खोलीवजा जागा आहे. कोल्टन आणि मी एका संध्याकाळी तिथे होतो. शाळेत न जाणाऱ्या लहान मुलांच्या खेळण्यातील काल्पनिक नायकांचं युद्ध ही समाधानकारक पार्श्वभूमी घेऊन त्यावर द्यायच्या प्रवचनांची मी तयारी करत होतो.

शस्त्रक्रियेच्या वेळी कोल्टन तीन वर्षं दहा महिन्यांचा होता. मेमध्ये त्याचा चौथा वाढदिवस आम्ही साजरा केला होता. तेव्हा तो आता अधिकृतरीत्या चार वर्षांचा होता. खरंच मोठा मुलगा. आम्ही तेव्हा खास अशी लहानशी पार्टी दिली होती, कारण त्याआधी आम्ही त्याला जवळजवळ गमावलं होतं.

मी आणि कोल्टन तळघरात इकडे-तिकडे करत होतो, तो आठवड्यातला कोणता दिवस होता, ते मला नक्की आठवत नाही. मला एवढं आठवतंय की, ती

५८ । स्वर्गाचा साक्षात्कार

संध्याकाळ होती आणि कॅसी तिथं नव्हती. म्हणजे ती नक्कीच आपल्या मैत्रिणीकडे रात्री राहायला गेली होती. कोल्टन जवळच खेळत होता. माझं लक्ष जीझस आणि देवदूत यांविषयींच्या आर्बीजमधल्या संभाषणाकडे वेधलं. मला आणखी खोलवर चौकशी करायची होती. कोल्टनला बोलतं करायचं होतं. त्या वयात लहान मुलं तुमच्याजवळ येऊन काय घडलं, याचा बारीकसारीक लांबलचक तपशील सांगत नाहीत. ती सरळ प्रश्न विचारले तर उत्तरं देतात, बहुतेक वेळा सरळपणे. कोल्टनला खरंच अलौकिक अनुभव आले असतील, तर मला त्याला सूचक प्रश्न विचारायचे नव्हते. आम्ही कोल्टनला त्याच्या आतापर्यंतच्या आयुष्यात आमच्या श्रद्धा, विश्वास यांविषयी शिकवण दिली होती. पण त्यानं खरंच जीझस आणि देवदूतांना पाहिलं असेल, तर मला त्याच्या शिष्य व्हायचं होतं, शिक्षक नव्हे!

माझ्या कामचलाऊ डेस्कजवळ बसून मी माझ्या मुलाकडे बघत होतो. त्यानं स्पायडर मॅन उचलून स्टार वॉरमधल्या एका ओंगळ दिसणाऱ्या प्राण्यावर झडप घातली. "ए कोल्टन," मी म्हणालो, "आपण गाडीत बसलो होतो आणि तू जीझसच्या मांडीवर बसण्याविषयी बोललास आठवतंय?"

गुडघ्यावर बसून त्यानं माझ्याकडे पाहिलं. "होय!"

"बरं. मग आणखी काही घडलं का?"

त्यानं होकारार्थी मान हलविली. त्याचे डोळे चमकले.

"जीझसला एक पुतण्या आहे, हे तुम्हाला माहीत होतं का? जीझसनं मला सांगितलं की, त्याच्या पुतण्यानं त्याला बाप्तिस्मा दिला."

"बरोबर आहे तुझं!" मी म्हणालो, "जीझसच्या पुतण्याचं नाव 'योहान' आहे, असं बायबलमध्ये म्हटलंय."

मनातल्या मनात मी माझ्यावरच चरफडलो. *त्याला माहिती देऊ नकोस. फक्त त्याला बोलू दे....*

"मला त्याचं नाव आठवत नाहीये," कोल्टन आनंदानं म्हणाला, "पण तो मस्त माणूस होता."

बॅप्टिस्ट योहान 'मस्त' आहे!

मी माझ्या मुलाच्या बोलण्याचा अर्थ लावत होतो– म्हणजे तो बॅप्टिस्ट योहानला भेटला होता– कोल्टननं आपल्या खेळण्यात एक प्लॅस्टिकचा घोडा बघितला. त्यानं तो मला दाखविण्यासाठी हातात उंच धरला. "डॅड, जीझसकडे एक घोडा आहे, हे तुम्हाला माहीत आहे का?"

"घोडा?"

"होय. इंद्रधनुष्याचा घोडा. मला त्याचे लाड करायचे आहेत. तिथे पुष्कळ रंग आहेत."

स्वर्गाचा साक्षीदार । ५९

पुष्कळ रंग? तो कशाविषयी बोलतोय?

"कोल्टन, ते पुष्कळ रंग कुठे आहेत?"

"स्वर्गात, डॅडी! स्वर्गात इंद्रधनुष्याचे सर्व रंग आहेत."

हे सगळं ऐकून माझं डोकं गरगरायला लागलं. अचानक माझ्या लक्षात आलं की, कोल्टनला कदाचित काहीतरी स्वर्गीय वरदान मिळालं असेल, अशी माझी त्या क्षणापर्यंत नुसती कल्पना होती. कदाचित जीझस आणि देवदूत हॉस्पिटलमध्ये त्याच्या समोर आले असतील. कोल्टनप्रमाणेच माणसं मृत्यूच्या अगदी जवळ जातात तेव्हा अशांसारखे काही अनुभव पुष्कळ वेळा त्यांना येतात, असं मी ऐकलं होतं. आता मात्र मला सगळं स्वच्छ कळत होतं. माझा मुलगा फक्त आपलं शरीर सोडून गेला एवढंच म्हणत नाहीये, तर *तो म्हणतोय की, 'तो हॉस्पिटल सोडून गेला होता!'*

"तू स्वर्गात गेला होतास?" मी कसंबसं विचारलं.

"होय, डॅड!" तो म्हणाला. जणूकाही ती गोष्ट अगदी उघड होती.

मला थोडं थांबावं लागलं. मी उभा राहिलो आणि भरभर पायऱ्या चढून वर गेलो. फोन उचलून सोनयाच्या सेलचा क्रमांक फिरविला. तिनं फोन उचलला. मला फोनमधून तिकडे चाललेल्या संगीत आणि गाण्याचा आवाज ऐकू आला. "तुझा मुलगा मला आता काय म्हणाला माहीत आहे?"

"काय?" ती गोंगाटाच्या वरचा आवाज काढून ओरडली.

"तो बॅप्टिस्ट योहानला भेटला असं त्यानं मला सांगितलं."

"काय?"

मी तिला बाकीचं घडलेलं थोडक्यात सांगितलं. तिच्या आवाजातील आश्चर्य फोनच्या दुसऱ्या टोकाला असूनही मला कळलं.

तिनं मला तपशीलवार सर्व सांगण्याचा आग्रह केला, पण कॉन्फरन्स हॉलमधला आवाज फारच मोठा होता. शेवटी आम्हाला बोलण्याचा प्रयत्न सोडून द्यावा लागला. "रात्री जेवणानंतर फोन कर, नक्की." सोनया म्हणाली, "मला प्रत्येक गोष्ट जाणून घ्यायचीय."

मी फोन ठेवला आणि स्वयंपाकघराच्या ओट्याला टेकून सर्व प्रक्रियेविषयी विचार करू लागलो. हळूहळू हे सर्व खरंच घडलेलं असण्याची शक्यता आहे, असं माझ्या मनाला वाटू लागलं. आमचा मुलगा मरण पावला आणि पुन्हा परत आला? हॉस्पिटलमधील कर्मचारी वर्गानं अशी कधी सूचना दिली नव्हती, पण कोल्टनला *'काहीतरी'* झालं होतं, हे नक्की. त्याला माहीत असण्याची शक्यता नव्हती, अशा गोष्टी आम्हाला सांगून त्यानं त्याचा खरेपणा शाबीत केला होता. कदाचित आम्हाला ही ईश्वरी देणगी मिळाली आहे आणि ती हळुवारपणे काळजीपूर्वक उलगडून आत

काय आहे, ते बघणं ही आमची जबाबदारी आहे, असं मला एकदम वाटलं.

तळघरात कोल्टन अजून शत्रूंवर बॉम्बहल्ला करत गुडघ्यांवरच बसला होता. मी त्याच्याजवळ खाली बसलो.

''कोल्टन, मी तुला जीझसविषयी आणखी काही विचारू का?''

त्यानं मान हलविली खरी; पण एक्समॅनच्या लहानशा थप्पीवर हल्ला करत उद्ध्वस्त करताना त्यानं वरही पाहिलं नाही.

''जीझस कसा दिसत होता?'' मी विचारलं.

अचानक कोल्टननं हातातली खेळणी खाली ठेवली आणि माझ्याकडे पाहिलं.

''जीझसला काही खुणा आहेत... मार्कर्स –''

''काय?''

''खुणा, डॅडी... जीझसच्या काही खुणा आहेत. त्याचे केस बदामी रंगाचे आहेत आणि त्याच्या चेहऱ्यावर केस आहेत.'' हे सांगताना कोल्टननं आपला छोटासा तळहात आपल्या हनुवटीभोवती फिरवला. त्याला अजून *'दाढी'* हा शब्द बहुतेक माहीत नसावा. *''आणि त्याचे डोळे... ओ डॅडी, त्याचे डोळे इतके सुंदर आहेत!''*

हे बोलत असताना कोल्टनचा चेहरा स्वप्नाळू झाला आणि त्याची तंद्री लागली. जणूकाही तो एखाद्या गोड आठवणीत हरवून गेला असावा.

''त्याचे कपडे कसे होते?''

कोल्टन एकदम भानावर आला आणि माझ्याकडे बघून हळूच हसला. ''त्यानं जांभळे कपडे घातले होते.'' हे सांगताना कोल्टननं हात आपल्या डाव्या खांद्यावर ठेवून शरीरावर तो फिरवून खाली उजव्या मांडीजवळ नेला. पुन्हा एकदा त्यानं तीच कृती केली. ''त्याचे कपडे पांढरे होते, पण इथून इथे जांभळे होते.''

आणखी एक शब्द त्याला माहीत नव्हता : *सॅश... कापडी कमरपट्टा*

''जीझसने स्वर्गात एकट्यानंच जांभळं घातलं होतं, डॅड. हे तुम्हाला माहीत होतं का?''

बायबलमध्ये राजाच्या खुणेचा रंग म्हणजे जांभळा. मार्कच्या शिकवणुकीतील एका पद्याचा भाग माझ्या मनात चमकून गेला : ''त्याचे कपडे डोळे दिपविण्याइतके पांढरे झाले. जगातल्या कोणत्याही वस्तूने केले असते त्याहीपेक्षा अधिक पांढरे.''

''आणि त्याच्या डोक्यावर अशी सोन्याची वस्तू होती...'' कोल्टनचा किलबिलाट सुरूच होता. त्यानं आपले दोनही हात गोल आकार करून डोक्यावर ठेवले.

''मुकुटाप्रमाणे?''

''होय. मुकुटच. आणि त्यावर ती... हिऱ्याची वस्तू मध्यभागी लावलेली होती आणि ती गुलाबी होती. जीझसच्या अंगावर मार्कर्स आहेत, डॅडी!''

स्वर्गाचा साक्षीदार । ६१

मला धक्काच बसला. मी माझ्या मुलाला हळुवारपणे संभाषण करून मार्गदर्शन करतोय, असं मला वाटत होतं. उलट त्यानंच संभाषणाच्या गाडीचे दोर आपल्या हातात घेतले होते आणि तो चौखूर उधळला होता. बायबलमधील प्रतिमा माझ्या डोळ्यांसमोर तरळू लागल्या. डॅनियलच्या पुस्तकातील ख्रिस्तोफनी किंवा ईश्वराचे प्रकटीकरण, बायबलमधल्या नव्या करारातील सर्वसत्ताधीशाचं– राजांच्या राजाचं– दिसणं. माझा मुलगा जीझसचं वर्णन मानवी शब्दांत चांगल्या प्रकारे करत होता, याचं मला आश्चर्य वाटलं. नंतर स्वतःचंच मला आश्चर्य वाटलं. कारण माणूस हा परमेश्वराचं प्रतिरूप आणि जीझस मिळून बनला आहे. दोघं मिळून पृथ्वीवर आले आणि माणूस म्हणून स्वर्गात गेले, या विचाराभोवती तर आमची श्रद्धा फिरते.

कोल्टनला काही वर्षं आम्ही वाचून दाखविलेल्या बायबलमधल्या गोष्टी मला पाठ होत्या. त्यांतील कित्येक 'आर्च' पुस्तकांच्या मालिकेतल्या, मी लहानपणी वाचलेल्या 'बायबलमधील गोष्टी' होत्या. चर्चच्या रविवारच्या शाळेतील धडे मला माहीत होते. शाळेत न जाणाऱ्या मुलांसाठी त्या अतिशय सोप्या केलेल्या असतात. उदाहरणार्थ– जीझस तुमच्यावर प्रेम करतो. दुसऱ्यांवर दया दाखवा. परमेश्वर चांगला आहे... इत्यादी. रविवारच्या शाळेतून जाताना शाळेतही न जाणारं मूल साधारणपणे तीन-चार शब्दांची कल्पना समजून गेलं, तरी ते फार मोठं यश असतं.

आणि हा माझा मुलगा आपल्या अगदी कोवळ्या आवाजात अशा गोष्टी सांगत होता की, त्यामुळे मी केवळ वरवर चकित होत नव्हतो, तर त्याच्या बारीकसारीक गोष्टीसुद्धा बायबलमध्ये सांगितल्याप्रमाणे होत्या. अगदी बायबलच्या नव्या करारात 'प्रकटीकरणा'त (बुक ऑफ रिव्हीलेशन) सांगितल्याप्रमाणे इंद्रधनुष्याचे रंगसुद्धा. शाळेतसुद्धा न जाणाऱ्या मुलाला ही माहिती असणं कठीण आणि हे बडबडत असताना कोल्टन मला, आपल्या धर्मोपदेशक वडिलांना वारंवार विचारतो, "तुम्हाला ते माहीत होतं का?"

आणि मी विचार करतोय, 'होय, पण तुला हे कसं माहीत?'

कोल्टननं पुन्हा आपली आश्चर्याचे धक्के देण्याची मोहीम सुरू केली आणि मी काही क्षण स्तब्ध झालो. पुढील दोन वर्षं अशीच पद्धत पडणार होती की काय... मी तिथे बसून त्याला पुढे काय विचारायचं याचं चिंतन करायचा प्रयत्न करायचा. त्यानं आतापर्यंत जे म्हटलं होतं, त्याचा मी विचार करू लागलो... बॅप्टिस्ट योहान, जीझस आणि त्याचे कपडे, इंद्रधनुष्य आणि घोडे हे सगळं मला कळलं. पण त्या मार्कर्स– खुणांचं– काय? जीझसच्या खुणा आहेत, असं जे कोल्टन म्हणाला, त्याचा अर्थ काय?

लहान मूल मार्कर्स याचा अर्थ काय घेईल? अचानक माझ्या लक्षात आलं, "कोल्टन, तू म्हणालास की जीझसला मार्कर्स आहेत. म्हणजे तू ज्यानं रंगवतोस तसे पेनसारखे मार्कर्स, असं तुला म्हणायचं आहे का?"

६२ । स्वर्गाचा साक्षात्कार

कोल्टननं होकारार्थी मान हलविली. ''होय, रंगाचे. जीझसच्या अंगावर रंग होते.''

''म्हणजे तू वहीचं पान रंगवतोस तसे?''

''होय!''

''बरं. जीझसचे मार्कर्स कोणत्या रंगाचे आहेत?''

''लाल, डॅडी. जीझसच्या अंगावर लाल मार्कर्स आहेत.''

त्या क्षणी माझा गळा दाटून आला. कारण कोल्टनला काय म्हणायचं आहे, हे मला एकदम कळलं. शांतपणे पण काळजीपूर्वक मी म्हटलं, ''कोल्टन, जीझसच्या अंगावर कुठे-कुठे मार्कर्स आहेत?''

कुठलीही घाईगडबड न करता तो उभा राहिला. त्यानं आपला तळहात उभा करून उजवा हात पुढे केला आणि तळहाताच्या मध्यावर डाव्या हातानं बोट टेकवलं. नंतर डाव्या तळहातावरचा मध्य उजव्या हातानं दाखविला. शेवटी कोल्टन वाकला आणि त्यानं दोनही पायांच्या पृष्ठभागाला स्पर्श केला.

''या ठिकाणी मार्कर्स आहेत, डॅडी!'' तो म्हणाला.

मी दीर्घ श्वास घेतला. *त्यानं हे पाहिलं होतं. त्यानं हे नक्कीच पाहिलं होतं.*

जीझसला क्रूसावर चढवून कुठे-कुठे खिळे ठोकून ठार मारलं हे तुम्हाला माहीत आहे, पण नुकत्याच चालायला लागलेल्या किंवा शाळेतही न जाणाऱ्या मुलांना या भयानक घटना तुम्ही फारशा सांगत नाही. खरंतर माझ्या मुलानं ख्रिस्ताची सुळावर चढविलेली मूर्ती कधी पाहिली होती किंवा नाही, हे मला माहीत नव्हतं. कॅथलिक लोक लहानपणापासूनच तशा पद्धतीची मूर्ती बघतात. प्रॉटेस्टन्ट, विशेषतः कोवळ्या मुलांना नुसती सर्वसामान्य कल्पना दिली जाते : 'जीझस सुळावर मरण पावला.'

कोल्टननं माझ्या प्रश्नांची उत्तरं इतकी चटकन दिली की, मला आश्चर्य वाटलं. प्रत्यक्ष बघणारी व्यक्ती सरळ-साधेपणानं आपलं मत सांगेल, तसा तो बोलला. रविवारच्या शाळेत शिकलेली किंवा पुस्तकात वाचलेली 'योग्य' उत्तरं काळजीपूर्वक आठवून तो सांगत नव्हता.

''कोल्टन, मी वरती पाणी आणायला जातोय,'' मी म्हणालो. मला खरोखर हे संभाषण संपवायचं होतं. त्याचं माहीत नाही; पण मला मात्र हे पुरे झालं होतं. मला चिंतन करण्यासाठी पुरेशी माहिती मिळाली होती.

''ठीक आहे, डॅडी!'' असं बोलून कोल्टन खेळणी घेण्यासाठी वाकला.

वर, स्वयंपाकघरात ओट्याला टेकून मी उभा राहिलो आणि बाटलीतलं पाणी पिऊ लागलो. 'माझ्या या लहानग्या मुलाला हे सगळं ठाऊक असणं, कसं शक्य आहे?'

स्वर्गाचा साक्षीदार । ६३

तो स्वतःच रचून काही सांगत नाहीये, हे मला ठाऊक होतं. सोनया आणि मी, जीझस कोणते कपडे घालतो याबद्दल कधी बोललो नव्हतो, याची मला खात्री होती. स्वर्गात तो कोणते कपडे घालत असेल, याबद्दल तर कधीच नाही. अशा प्रकारची तपशीलवार माहिती आम्ही मुलांना वाचून दाखवत असलेल्या 'बायबलमधील गोष्टीं'तून त्याला माहीत झाली असावी? आमचं श्रद्धाविषयक ज्ञान कोल्टनला मिळालं होतं ते त्यातूनच; रविवारच्या शाळेतून नव्हे. तरी त्याला वाचून दाखविलेल्या बायबलमधल्या गोष्टी कथेच्या स्वरूपाच्या आणि साधारणपणे दोनशे शब्दांच्या होत्या. त्यात बारीकसारीक तपशील म्हणजे 'जीझस पांढरे कपडे घालत होता' वगैरे नव्हतं. (अर्थात बायबलमध्ये वर्णन केलंय की तो तसे घालत होता.) आणि स्वर्ग कसा असेल, याचाही तपशील नव्हता.

मी पाण्याचा आणखी घोट घेतला आणि कोल्टननं उल्लेख केलेल्या 'पुतण्या' आणि 'मार्कर्स' या गोष्टींसाठी डोकं खाजवलं. ही माहिती त्याला आमच्याकडून मिळाली नव्हती. पण 'मार्कर्स'सारख्या मला सुरुवातीला न कळलेल्या गोष्टींसाठी कोल्टन आग्रही होता. 'मार्कर्स'बद्दल दुसरी गोष्ट मला टोचत होती. मी कोल्टनला विचारलं की, जीझस कसा दिसतो, त्या वेळी त्यानं हा पहिला तपशील सांगितला. पण जांभळा सॅश, मुकुट किंवा ज्यामुळे तो भारला होता, त्या जीझसच्या डोळ्यांविषयी तो आधी बोलला नाही. तो चटकन उद्गारला. ''जीझसला मार्कर्स आहेत.''

मी एक आध्यात्मिक कोडं ऐकलं होतं. ते असं होतं : 'पूर्वी पृथ्वीवर होती, त्याच स्वरूपात स्वर्गात असलेली एकमेव गोष्ट कोणती?'

त्याचं उत्तर : जीझसच्या हाता-पायांवरील जखमा.

ते कदाचित खरं असावं.

प्रकाश आणि पंख

कोलोराडो स्प्रिंग्जहून सोनया शनिवारी संध्याकाळी आली. आम्ही दोघं पुढच्या खोलीत पेप्सीचे ग्लास घेऊन एकमेकांजवळ बसलो. त्या वेळी मी तिला कोल्टन आणखी काय बोलला ते सांगितलं. ''आपला कुठला तरी दुवा हरवला आहे काय?'' मी मोठ्यानं बोलत आश्चर्य व्यक्त केलं.

''मला काही कळत नाहीये,'' ती म्हणाली, ''तो चट्कन काहीतरी अनपेक्षित नवी माहिती सांगतो.''

''मला आणखी जाणून घ्यायचंय; पण त्याला काय विचारायचं मला कळत नाहीये.''

आम्ही दोघं शिक्षक होतो. सोनया शाळेतील शिक्षिका म्हणून आणि मी धर्मोपदेशक या अर्थानं. आम्ही असं ठरवलं की, जशी परिस्थिती असेल त्याप्रमाणे ज्यांची सरळ हो किंवा नाही अशी उत्तरे देता येतील, असे प्रश्न विचारून माहिती मिळवणं सर्वांत चांगलं. मी पूर्वी अनवधानानं कोल्टनला 'रिकाम्या जागा' भरायला लावल्या; तसे प्रश्न विचारायचे नाहीत असं ठरवलं. उदाहरणार्थ, कोल्टन जेव्हा जीझसच्या डोक्यावरील 'सोन्याची वस्तू' असं वर्णन करत होता, तेव्हा मी *'मुकुट'* म्हटलं होतं. पुढील काही वर्षांत आम्ही ठरल्याप्रमाणे इतकी काळजी घेतली की, कोल्टनला तो दहा वर्षांचा होईपर्यंत 'सॅश' हा शब्द माहीत नव्हता.

'मार्कर्स'विषयी संभाषण झाल्यावर दोन दिवसांनी मी धार्मिक प्रवचनाची तयारी करत स्वयंपाकघरातल्या टेबलापाशी बसलो होतो. कोल्टन जवळच खेळत होता. मी पुस्तकावरून नजर काढली आणि माझ्या मुलाकडे वर पाहिलं. त्याच्याकडे प्लॅस्टिकची तलवार होती. तो टॉवेलची टोकं आपल्या मानेभोवती बांधत होता. प्रत्येक सर्वश्रेष्ठ नायकाला बिनबाह्यांचा कोट– केप– आवश्यक असतो.

प्रकाश आणि पंख । ६५

त्याला पुन्हा स्वर्गाविषयी विचारावं अशी मला इच्छा होत होती. काय प्रश्न विचारता येतील याबद्दल माझ्या मनात खळबळ होत होती. मी यापूर्वी कधी कोल्टनशी अशा प्रकारचं संभाषण केलं नव्हतं. तेव्हा सुरुवात कशी करावी या विचाराने मी थोडा घाबरलो होतो. खरं तर मी अशा प्रकारचं संभाषण *'कोणाबरोबरही'* केलं नव्हतं.

कोल्टनचं खेळण्यातील प्रत्यक्ष युद्ध सुरू होण्याआधीच मी त्याचं लक्ष वेधलं आणि त्याला खूण करून माझ्याजवळ बसायला सांगितलं. तो दुडक्या चालीनं धावत आला आणि स्वयंपाकघरातल्या टेबलाच्या टोकाला असलेल्या खुर्चीत चढला.

''काय?''

''तू मला जीझस कसा दिसतो ते सांगत होतास, ते आठवतंय? आणि घोड्याविषयीसुद्धा?''

त्याचे मोठे-मोठे डोळे उत्सुक होते. त्यानं मानेनंच हो म्हटलं.

''तू स्वर्गात गेला होतास?''

त्यानं पुन्हा होकारार्थी मान हलविली.

माझ्या लक्षात आलं की, होय, कोल्टन खरोखरच स्वर्गात गेला असेल, हे मी स्वीकारायला सुरुवात केली होती. आमच्या कुटुंबाला ही एक 'भेट' मिळाली आहे, असंच मला वाटलं. त्या भेटीवर गुंडाळलेला पातळ कागद काढून टाकल्यानं मला फक्त त्याचा साधारण आकार कळला होता. आता मला त्या पेटीत काय आहे ते जाणून घ्यायचं होतं.

''बरं. तू स्वर्गात काय केलंस?'' मी धीर करून विचारलं.

''होमवर्क – गृहपाठ.''

'गृहपाठ?' मला या उत्तराची अपेक्षा नव्हती.

'चर्चमधील गाण्याची तयारी करत होतो 'असं उत्तर एक वेळ चाललं असतं, पण गृहपाठ?

''म्हणजे तुला काय म्हणायचंय?

कोल्टन गालातल्या गालात हसला. ''जीझस माझा शिक्षक होता.''

''म्हणजे शाळेतल्यासारखा?''

कोल्टननं मान डोलावली. ''जीझसनं मला काम करायला सांगितलं आणि स्वर्गातला तेवढा वेळ खूप छान होता. तिथं पुष्कळ लहान मुलं होती, डॅड.''

या त्याच्या बोलण्यानं एका विशिष्ट कालखंडाची सुरुवात झाली होती आणि मी ते लिहून ठेवायला हवं होतं. या संभाषणात आणि पुढलं वर्षभर तरी कोल्टन पुष्कळ मुलांची नावं घेत होता. त्यांची नावं त्याला आता आठवत नाहीत, तसंच सोनयाला आणि मलाही.

याच वेळी पहिल्यांदा कोल्टनने स्वर्गातील इतर माणसांचा उल्लेख केला. म्हणजे बॅप्टिस्ट योहानसारख्या बायबलमधल्या व्यक्ती सोडून. मला हे कबूल करायला हवं की, मी त्याला एक 'विशेष व्यक्ती' आहे असं समजलो. तुमच्या-आमच्यासारख्या सर्वसाधारण व्यक्तींपेक्षा अधिक श्रेष्ठ. थोडं आश्चर्य वाटेल. कारण ख्रिश्चन लोक नेहमी आपण मेल्यावर स्वर्गात जाण्याच्या गोष्टी करतात. मग कोल्टनने स्वर्गात सर्वसामान्य माणसं पाहिली असतील, अशी अपेक्षा मी का केली नाही?

मी त्याला विचारण्यासाठी एवढाच विचार करू शकलो. मग ती मुलं कशी दिसत होती? माणसं स्वर्गात गेल्यावर कशी दिसतात?

"प्रत्येकाला पंख असतात," कोल्टन म्हणाला.

पंख? बरं!

"तुला पंख होते का?" मी विचारलं.

"हो. पण माझे अगदी छोटे होते." हे बोलताना तो थोडा खिन्न दिसला.

"बरं... तुम्ही तिकडे एका जागेवरून दुसऱ्या जागी चालत जात होतात, की उडत जात होतात?"

"आम्ही उडत जात होतो. जीझस सोडून सगळे उडत होते. स्वर्गात पंख नसलेला तो एकटाच होता. जीझस लिफ्टमधून गेल्यासारखा वर किंवा खाली जात होता."

'प्रेषितांची कृत्ये (बुक ऑफ ॲक्ट्स)[१]मधील जीझसच्या स्वर्गारोहणाचा प्रसंग एकदम माझ्या डोळ्यांसमोर आला. त्या वेळी जीझसनं आपल्या शिष्यांना सांगितलं की, ते त्याचे साक्षीदार होतील आणि जगातील सर्वांना ते जीझसविषयी सांगतील. बायबलमध्ये म्हटलंय, जीझसनं हे म्हटल्याबरोबर जीझस प्रत्यक्ष त्यांच्या डोळ्यांसमोर 'उचलला गेला' आणि ढगांच्या आड दिसेनासा झाला. तो वर जात असताना सर्व जण आकाशात बघण्यात गुंगून गेले. अचानक पांढरे कपडे घातलेले दोघे जण त्यांच्याजवळ उभे राहिले. ते म्हणाले, 'गॅलिलीच्या नागरिकांनो! तुम्ही इथे आकाशाकडे बघत कशासाठी थांबलाय? ज्या जीझसला तुमच्याकडून स्वर्गात नेलं गेलं, तोच जीझस तुम्ही जसा जाताना पाहिला तसा पुन्हा परत येईल.'

जीझस वर स्वर्गात गेला आणि पुन्हा खाली पृथ्वीवर येईल. पंखांशिवाय. एखाद्या लहान मुलाला ते लिफ्टसारखं वाटू शकेल.

मी विचारात गुंगलो असता मध्येच कोल्टन बोलला, "डॅड, स्वर्गात प्रत्येक जण देवदूतांप्रमाणे दिसतो."

---

१. Book of Acts – प्रेषितांची कृत्ये – Gospel of Luke – लूकची सुवार्ता

प्रकाश आणि पंख । ६७

"तुला काय म्हणायचंय?"

"सगळ्या लोकांच्या डोक्यावर प्रकाश असतो."

देवदूत आणि प्रकाश यांच्याबद्दल मला जे माहीत होतं त्याबद्दल मी खोलवर विचार करायला लागलो. बायबलमध्ये देवदूत येतात तेव्हा ते काही वेळा खूप तेजस्वी, डोळे दिपवून टाकणारे असतात. जीझसचं दफन झाल्यावर तिसऱ्या दिवशी मेरी मग्दालिया[२] आणि इतर स्त्रिया त्याच्या थडग्यापाशी आल्या. नव्या करारातील खंडात म्हटलंय की, त्यांना एक देवदूत भेटला. कसा कोण जाणे; पण थडग्यातून सुटून गडगडत थोडं दूर गेलेल्या दगडावर तो बसला होता. "तो विजेसारखा तेजस्वी होता आणि त्याचे कपडे हिमासारखे पांढरेशुभ्र होते."

'प्रेषितांची कृत्ये'मध्ये शिष्य स्टीफनबद्दल सांगितलं आहे. त्याचं मत सर्वसामान्य मताच्या विरोधी असल्यानं त्याला ज्यूंच्या कोर्टासमोर उभं करण्यात आलं. त्यांना 'त्याचा चेहरा देवदूतासारखा तेजस्वी झालेला दिसला.' लवकरच स्टीफनला दगडांनी ठेचून मारण्यात आलं.

जीझसच्या बारा शिष्यांपैकी एक योहान यानं 'प्रकटीकरणा'मध्ये लिहिलंय की, त्यानं 'शक्तिमान असा देवदूत स्वर्गातून खाली येताना पाहिला. त्याला ढगानं वेढलं होतं. त्याच्या डोक्यावर इंद्रधनुष्य होतं. आणि त्या देवदूताचा चेहरा सूर्याप्रमाणे प्रकाशमान होत होता.'[३]

मला देवदूतांच्या डोक्यावर नक्की 'प्रकाश' असल्याचं आठवेना. त्याला कदाचित काही जण 'तेजोमंडल' असंही म्हणतील. कोल्टनच्या गोष्टींच्या पुस्तकात किंवा बायबलमध्येसुद्धा देवदूतांच्या डोक्यावरच्या 'प्रकाशांचा उल्लेख नाही,' हे मला माहीत होतं. त्याला 'तेजोमंडल' हा शब्दही माहीत नव्हता. त्यानं ते कधी पाहिलं आहे की नाही, माहीत नाही. कारण झोपण्याच्या वेळी वाचून दाखविलेल्या बायबलकथा आणि रविवारचे चर्चमध्ये शिकविलेले धडे हे बायबलशी मिळतेजुळते असतात.

तरीही त्याच्या बोलण्यामुळे माझी जिज्ञासा वाढली, त्याला एक कारण होतं. कोलोराडोमधील एका चर्चच्या धर्मोपदेशकाची बायको आमची मैत्रीण होती. तिनं एकदा आपल्या तीन वर्षांच्या मुलीबद्दल– हन्नाबद्दल[४] – काही सांगितलं होतं. एकदा रविवारची चर्चमधील सार्वजनिक प्रार्थना संपल्यावर हन्नानं आपल्या मॉमचा स्कर्ट ओढला आणि विचारलं, "ममी, चर्चमध्ये येणाऱ्या काही लोकांच्या डोक्यावर प्रकाश आहे आणि काहींच्या नाही, असं का?"

---

२. Mary Magdalene – मेरी मग्दालिया – जीझसने उद्धारलेली स्त्री.

३. Book of Revelaltion – बायबलच्या नव्या करारातील 'प्रकटीकरण'.

४. Hannah – हन्ना.

त्या वेळी मला आठवतंय, मी दोन गोष्टींचा विचार करत होतो : पहिलं म्हणजे मी हन्नाजवळ गुडघे टेकून बसलो असतो आणि तिला विचारलं असतं, ''माझ्या डोक्यावर प्रकाश आहे का? प्लीज हो म्हण!''

दुसरं म्हणजे हन्नानं काय पाहिलं आणि तिनं खरोखर पाहिलं का, याबद्दलही मला कुतूहल वाटलं. कारण माझ्या मुलासारखीच तिची श्रद्धा निष्पाप होती.

जेव्हा शिष्यांनी जीझसला विचारलं की, स्वर्गाच्या साम्राज्यात कोण सर्वांत महान आहे? जीझसनं जमावातील एका लहानशा मुलाला बोलावलं आणि त्याला आपल्याबरोबर उभं करून त्याचं उदाहरण दिलं. ''मी तुम्हाला सत्य सांगतोय,'' जीझस सांगू लागला, ''तुम्ही स्वतःमध्ये बदल घडवून लहान मुलासारखे झाला नाहीत, तर तुम्ही स्वर्गाच्या साम्राज्यात कधीही प्रवेश करू शकणार नाही. म्हणून जो या लहान मुलासारखा स्वतःला नम्र बनवील, तो या स्वर्गाच्या साम्राज्यात सर्वांत महान ठरेल.''

जो स्वतःला लहान मुलासारखा नम्र बनवील...

लहान मुलासारखी नम्रता म्हणजे काय? नम्रता म्हणजे बुद्धिमत्तेची कमतरता नव्हे तर लबाडी, कपटपणा नसणं. कोणत्याही रूढीचा पगडा नसणं. अहं, गर्व होणं किंवा इतर लोक काय म्हणतील याची काळजी लागण्याची स्थिती येण्याच्या अगोदरचा हा अनमोल, किमती, चटकन संपणारा काळ आहे. अशा या निर्भीड प्रामाणिकपणामुळे तीन वर्षांचं मूल पावसाच्या पाण्याच्या डबक्यात आनंदानं खेळतं आणि कुत्र्याच्या पिल्लाबरोबर गवतात हसतं, लोळतं किंवा तुमच्या नाकातून शेंबूड बाहेर लोंबत आहे, असं बोट दाखवून म्हणतं. अशा प्रकारचं काहीतरी स्वर्गात प्रवेश मिळवायला आवश्यक ठरतं. ते अडाणीपणाच्या अगदी विरुद्ध आहे – तो बुद्धीवर आधारलेला प्रामाणिकपणा आहे : वास्तव स्वीकारण्याची तयारी आणि कठीण असल्यातरी गोष्टी आहेत तशाच दाखविण्याचा प्रामाणिकपणा आहे.

हे सर्व एका क्षणात माझ्या मनात चमकून गेलं. तरी मी स्थितप्रज्ञ राहिलो.

''प्रकाश होता का? बरं.'' एवढंच मी बोललो.

''होय आणि त्यांनी पिवळं इथून इथपर्यंत घातलं होतं.'' तो म्हणाला. त्यानं डाव्या खांद्यापासून उजव्या कटिपर्यंत सॅशची खूण दाखविणारा आविर्भाव केला. ''आणि पांढरं इथून इथपर्यंत.'' त्यानं आपले हात आपल्या खांद्यावर ठेवले आणि पुढे वाकून पावलांना स्पर्श केला.

माझ्या मनात महापुरुष प्रॉफेट डॅनियलच्या समोर एक 'माणूस' अवतरला त्याचा विचार आला : पहिल्या महिन्याच्या चोविसाव्या दिवशी मी तैग्रिस महानदीच्या काठावर उभा होतो आणि मी वर पाहिलं. माझ्यासमोर तागाच्या कापडाचे कपडे घातलेला, कमरेभोवती सोन्याचा सुंदर पट्टा घातलेला एक माणूस उभा होता. त्याचं

प्रकाश आणि पंख । ६९

शरीर पिवळ्या-हिरव्या खड्यासारखं, ऑलिव्हच्या रंगाचं, दगडासारखं होतं. त्याचा चेहरा विजेसारखा तेजस्वी होता. त्याचे डोळे पेटलेल्या मशालीप्रमाणे होते. त्याचे हात-पाय तकाकी आणलेल्या ब्राँझप्रमाणे चमकत होते.[५]

कोल्टनने पुन्हा 'सॅश'चा आविर्भाव केला आणि म्हणाला की, स्वर्गातील माणसं देवदूतांपेक्षा वेगळ्या रंगाचे कपडे घालतात.

आता माझा नवीन माहिती देणारा मीटर जवळजवळ थांबला होता, पण आणखी एक गोष्ट मला जाणून घ्यायची होती. कोल्टन खरोखर स्वर्गात गेला होता आणि त्याने या सर्व गोष्टी – जीझस, घोडे, देवदूत, बाकीची मुलं – पाहिल्या होत्या का? तिथे 'गृहपाठ' करण्यासाठी पुरेसा वेळ राहिला होता का? नक्की वरच ना? तो म्हणतो त्याप्रमाणे त्यानं आपलं शरीर किती काळ 'सोडलं' होतं?

मी कोल्टनकडे पाहिलं. स्वयंपाकघरातील खुर्चीवर गुडघे टेकून, अजूनही टॉवेल 'केप'सारखा गुंडाळून तो बसला होता. ''कोल्टन, तू म्हणतोस की तू स्वर्गात गेला होतास आणि तू या सर्व गोष्टी केल्यास...'' *''खूपच गोष्टी!''* ''तू कितीकाळ स्वर्गात गेला होतास?''

माझ्या या लहानशा मुलानं माझ्या डोळ्यांना डोळे भिडवले आणि तो अजिबात कचरला नाही. ''तीन मिनिटं,'' तो म्हणाला. नंतर खुर्चीवरून एका पायावर उडी मारून तो उड्या मारतच खेळायला गेला.

---

५. gospal – ख्रिस्ताची शिकवण – न्यू टेस्टामेंटमधील पहिल्या चार भागांत मॅथ्यू 'मार्क', 'लूक' आणि 'योहान' यांनी लिहिलेलं ख्रिस्ताचं आयुष्य आणि शिकवण.

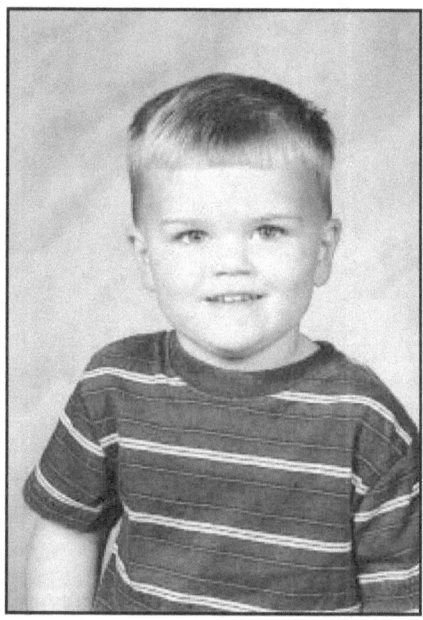

तीन वर्षांचा कोल्टन. शाळेत जाण्यापूर्वी.
(ऑक्टोबर, २००२)

'डॉक्स डॉजर्स' – टॉड आणि सोनयाची मिश्र सॉफ्टबॉल टीम

टॉड, सोनया आणि कोल्टन डेनव्हरच्या 'फुलपाखरांच्या दालनात'
(१ मार्च, २००३)

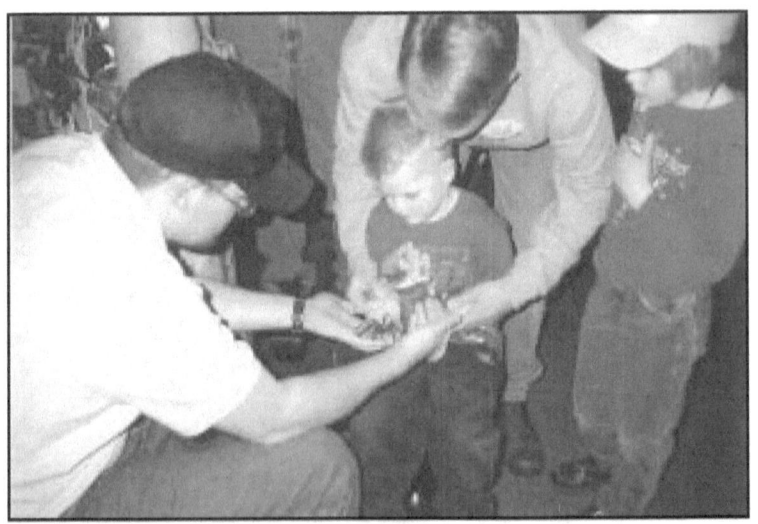

कोल्टन 'रोझी' टॅरन्टुला हातावर घेतोय. त्याची मोठी बहीण कॅसी बघतेय.

कोल्टन हॉस्पिटलमधून बाहेर पडल्यावर एका आठवड्याने घेतलेला फोटो
'इम्पीरिअल रिपब्लिकन' या वर्तमानपत्रात प्रसिद्ध झालेला : कोल्टन आणि टॉड

कोल्टनचा चौथा वाढदिवस : 'खराखुरा उत्सव' (१९ मे, २००३)

कोल्टन, टॉड, सोनया आणि कॅसी सीऑक्स फॉल्स येथे.
दक्षिण डाकोटा (जुलै, २००३)

कोल्टनचा सीनियर केजीचा पहिला
दिवस (सप्टेंबर, २००३)

टॉड आणि कोल्टन (नोव्हेंबर,
२००३)

७४ । स्वर्गाचा साक्षात्कार

तलवारींचा खेळ खेळताना, कोल्टन ७ वर्षे व कोल्बी १८ महिने
(वसंत ऋतू, २००६)

कोल्टन (ऑक्टोबर २००७)

लॉरेन्स बार्बर 'पॉप' वय वर्षे २९. बरोबर आजी इलेन, मामा बिल आणि
टॉडची आई के, (१९४३)

लॉरेन्स बार्बर. 'पॉप' वय वर्षे ६१

'शांतिदूत' : अकीन क्रॅमरिकनं काढलेलं.

स्वर्गाचा साक्षात्कार । ७७

कॅसी, टॉड, कोल्बी, सोनया आणि कोल्टन. टॉडच्या 'काउ-बॉय'
असा विषय असलेल्या चाळिसाव्या वाढदिवसाच्या पार्टीत
(ऑगस्ट, २००८)

स्वर्गातील 'वेळ'

'तीन मिनिटं?'

न दिसणाऱ्या शत्रूशी प्लॅस्टिकच्या तलवारीनं वीररसपूर्ण युद्ध करण्याच्या तयारीला कोल्टन लागला. मला मात्र त्याच्या उत्तराचं आश्चर्य वाटत राहिलं.

त्यानं आपले अनुभव मला सांगून आधीच सिद्ध केलेलं होतं. ते त्याला एरवी कधीही माहीत झाले नसते. मला आता त्याचं 'तीन मिनिटं' हे उत्तर इतर माहितीबरोबर पडताळून बघणं भाग होतं. मी स्वयंपाकघराच्या टेबलावर उघड्या ठेवलेल्या बायबलकडे एकटक बघत राहिलो आणि मनातल्या मनात एक-एक शक्यता निकालात काढू लागलो.

तीन मिनिटं. कोल्टननं जे-जे वर्णन केलं ते-ते फक्त तीन मिनिटांत त्यानं पाहणं आणि करणं अशक्य होतं. अर्थात तो वाजले किती हे सांगण्याइतका मोठा झाला नव्हता. तेव्हा त्याला *'खरी'* वाटणारी तीन मिनिटं ही मोठ्या माणसांच्या तीन मिनिटांएवढी असणं शक्य नव्हतं. हे असं वाटायला मी आणि सोनया इतर पालकांप्रमाणे कारणीभूत होतो. उदाहरणार्थ, फोन बंद करणं, अंगणातून शेजाऱ्यांबरोबर गप्पा संपवणं किंवा गॅरेजमधलं काम संपवणं हे 'आणखी फक्त पाच मिनिटं' असं म्हणत वीस मिनिटांनंतर संपवत होतो!

आणखी एक शक्यता म्हणजे स्वर्गातील वेळ पृथ्वीवरच्या वेळेइतकीच असेल असं नाही. बायबल सांगतं की, परमेश्वराकडे 'एक दिवस हजार वर्षांसारखा आणि हजार वर्षं एका दिवसासारखी असतात.' काही जण त्याचा शब्दशः अर्थ घेतात. म्हणजे दोन दिवस म्हणजे दोन हजार वर्षं होतात. मी नेहमी त्याचा असा अर्थ घेतो की, आपल्या वेळेच्या संकल्पनेच्या पलीकडे परमेश्वर काम करतो. पृथ्वीवरची वेळ म्हणजे सूर्यमालेवर आधारलेले दिव्य घड्याळ आहे. पण बायबलमध्ये म्हटलंय की,

स्वर्गात सूर्य नाही. कारण तिथे परमेश्वर हाच प्रकाश आहे. स्वर्गात कदाचित विशिष्ट वेळही नसेल. म्हणजे आपण ज्या अर्थाने 'वेळ' असे म्हणतो, तशी नक्कीच नाही.

उलट, कोल्टनचं 'तीन मिनिटं' हे उत्तर अगदी सरळ होतं. जणूकाही सकाळच्या न्याहरीला आपण लकी चार्म्स सिरीयल्स खाल्ली असं त्याला सांगायचं होतं. आपल्या घड्याळाप्रमाणे बघितलं तर त्याचं बरोबर असण्याची शक्यता होती. आपलं शरीर सोडून जाणं आणि पुन्हा परत येणं, यासाठी त्याला फार वेळ लागला नसणार. विशेषतः डॉक्टरांकडून आम्हाला 'कोल्टन वैद्यकीयदृष्ट्या मरण पावला आहे,' अशा तऱ्हेची कोणतीही बातमी कळविली गेली नव्हती. खरं म्हणजे त्याला काय झालं होतं याची चिकित्सा गंभीर होती, तरी ऑपरेशननंतरचा 'रिपोर्ट' चांगला होता. ऑपरेशन व्यवस्थित झालं होतं.

ऑपरेशनचा रिपोर्ट
ऑपरेशनची तारीख : ३/५/२००३
ऑपरेशनपूर्वीची रोगचिकित्सा : गंभीर स्थितीतील अपेन्डिसायटिस.
ऑपरेशननंतरची रोगचिकित्सा : भोक पडलेला अपेन्डिसायटिस आणि गळू.
ऑपरेशन : अपेन्डिक्टोमी आणि गळू पिळून काढणं.
सर्जन : टिमोथी ओ'हॉलरन, एम.डी.
ऑपरेशनचे वर्णन : ऑपरेशन टेबलावर पेशंटला उताणं झोपवलं गेलं. जनरल ॲनेस्थेशिया देऊन पोटाच्या जागेची तयारी करण्यात आली आणि निर्जंतुक करून कपड्याने योग्य रितीने झाकण्यात आली. उजव्या बाजूला पोटाच्या खालच्या बाजूला एक चतुर्थांश भागात शस्त्राने आडवा छेद घेण्यात आला आणि तो पोटाच्या पोकळीतील सर्व थरांत नेण्यात आला. पेशंटचा अपेन्डिक्स छिद्र पडलेला होता. त्यावर गळूही झालेलं होतं. ऑपरेशनच्या भागात अपेन्डिक्स आणलं गेलं.

एक विचार मला अचानक सुचला : कोल्टन मरण पावला नव्हता, तर तो स्वर्गात कसा जाऊ शकला होता?

दोन दिवस मी या गोष्टीचा विचार करत होतो. कोल्टननं मला देवदूतांविषयी पहिल्यांदा सांगितल्याला फार तर आठवडा झाला असेल. म्हणून मला स्वर्गाचा विषय पुन्हा पुन्हा काढायचा नव्हता. शेवटी मला राहवेना. मी कोल्टनला तो मिळेपर्यंत घरभर शोधू लागलो. एक झोपायची खोली आम्ही खेळण्याची खोली म्हणून वापरत होतो. तिथे तो गुडघे टेकून 'लेगो'चा मनोरा करण्यात मग्न होता.

मी दाराच्या चौकटीला रेलून उभा राहिलो आणि त्याचं लक्ष वेधलं.

''ए कोल्टन! मला काही कळत नाहीये,'' मी बोलायला सुरुवात केली.

त्यानं वर पाहिलं आणि त्याच्या चेहऱ्यावरचा गोलवा परत आलाय, हे मला प्रथमच जाणवलं. त्याचे गाल वर येऊन पुन्हा गुलाबी झाले होते. आजारपणामुळे गाल बसले होते व फिकट झाले होते.

''काय?''

''तू स्वर्गात गेला होतास, असं म्हणालास. स्वर्गात जाण्यासाठी माणसाला आधी मरावं लागतं.''

कोल्टनची नजर अजिबात ढळली नाही. ''होय. मी पण मरण पावलो होतो, पण फक्त थोडाच वेळ.''

माझ्या काळजाचा ठोका चुकला. तुमच्या अजून शाळेतसुद्धा न जाणाऱ्या मुलानं 'मी मेलो होतो' असं तुम्हाला सांगितलं नसेल, तर तसं होऊ नये असं मी म्हणेन. पण कोल्टन मरण पावला नव्हता. वैद्यकीय अहवालात काय लिहिलं होतं, ते मला माहीत होतं. कोल्टननं श्वासोच्छ्वास थांबवला नव्हता. त्याचं हृदय कधी थांबलं नव्हतं.

मी दारात उभा राहिलो आणि या नवीन खास माहितीवर चिंतन करीत राहिलो. कोल्टनचं लक्ष मात्र पुन्हा खेळण्यांकडे वळले. नंतर मला आठवलं की, 'मृत न होता' स्वर्ग बघितलेल्या लोकांचा उल्लेख बायबलमध्ये पुष्कळ ठिकाणी आहे. जीझसचा शिष्य पॉल यानं कोरिथ चर्चला पत्र लिहिलं होतं की, स्वर्गात नेल्या गेलेल्या ख्रिश्चन माणसाला तो स्वतः ओळखत होता. ''तो सदेह स्वर्गात गेला, की देह सोडून स्वर्गात गेला ते मला माहीत नाही– ते परमेश्वराला ठाऊक. मला हे माहीत आहे की, या माणसाला स्वर्गाचा लाभ झाला. त्याने काही न सांगता येणाऱ्या गोष्टी ऐकवल्या. त्या गोष्टी माणसाने इतरांना सांगायला परवानगी नाही.''

प्रकटीकरणा (बुक ऑफ रिव्हिलेशन)मध्ये अर्थात जीझसचा शिष्य योहान याने स्वर्गाचे अगदी तपशीलवार वर्णन केले आहे. योहानला पॅटमॉस बेटावर हद्दपार केलं गेलं होतं. तिथे देवदूत त्याला भेटला आणि त्यानं वेगवेगळ्या चर्चना निरनिराळी भाकितं लिहून पाठवायची आज्ञा केली. योहाननं लिहिलंय :

> त्यानंतर मी पाहिलं की, माझ्यासमोर स्वर्गात उघडणारं दार होतं. सुरुवातीला जो आवाज मी ऐकला होता, तोच आवाज माझ्याशी एखाद्या तुतारीप्रमाणे बोलत होता. 'इकडे ये. यानंतर काय घडलं पाहिजे ते मी तुला दाखवतो.' लगेच मी आत्मा झालो आणि माझ्यासमोर स्वर्गातील सिंहासन असून जो कोणी त्यावर बसला होता, तो सूर्यकांत मण्याप्रमाणे पिवळा, लाल,

स्वर्गातील 'वेळ' । ८१

तपकिरी आणि काचमण्याप्रमाणे लाल-निळा होता. पाचूप्रमाणे दिसणारं इंद्रधनुष्य सिंहासनाला वेढलं होतं....

इंद्रधनुष्य... हा शब्द मी हल्लीच कुठे बरं ऐकला होता?

मरण न पावता स्वर्गाचा अनुभव घेतला आहे, असा बायबल किंवा धर्मग्रंथ यांत कुठे पुरावा आहे का, याचा मी तिथे उभा राहून विचार करू लागलो. कोल्टन म्हणाला होता की, मी 'अगदी थोड्या वेळासाठी' मरण पावलो होतो. हे सांगून तो आपल्या धर्मोपदेशक वडिलांच्या प्रतिपादनाला आपल्या स्वतःच्या अनुभवाचा दुजोरा देत होता, हे माझ्या लक्षात आलं. हे म्हणजे फिरायला बाहेर पडल्यावर रस्ता ओला दिसला की, पाऊस पडून गेला असेल असं समजण्यासारखं होतं.

बघा हं,

'स्वर्गात जाण्यासाठी माणसांना आधी मृत व्हावं लागतं.'

आणि कोल्टन विचार करून माझ्यावर विश्वास ठेवून शेवटी निष्कर्ष काढत होता की, 'ठीक आहे. मी मरण पावलो असेन कारण मी तिथे गेलो होतो.'

अचानक त्यानं बोलायला सुरुवात केली. "डॅडी, हॉस्पिटलमध्ये असताना शुद्धीवर आल्यावर मी तुम्हाला भेटण्यासाठी ओरडत होतो, आठवतंय?''

मी विसरणं कसं शक्य आहे? मी ऐकलेला तो सगळ्यात सुंदर आवाज होता. "होय, मला आठवतंय.'' मी म्हणालो.

"मी ओरडत होतो, कारण जीझस मला न्यायला आला होता. तो म्हणाला की, मला परत जायला हवं, कारण तो तुमच्या प्रार्थनेला उत्तर देत होता. म्हणून मी तुमच्यासाठी ओरडत होतो.''

माझे पाय एकदम लटपटले. मी परमेश्वरावर रागावून, चिडून एकट्यानं प्रार्थना केली होती, ते मला आठवलं. त्या लहानशा खोलीत हताश होऊन मूकपणे केलेल्या त्या प्रार्थना होत्या. मला आठवलं की, मी किती घाबरलो होतो. कोल्टन या ऑपरेशनमधून बाहेर पडेल की नाही, अशी मला भीती वाटत होती. त्याचा अनमोल चेहरा मला पुन्हा पाहायला मिळण्याइतका तो जगेल ना, असाही प्रश्न पडला. ती माझ्या आयुष्यातली लांबलचक, काळीकुट्ट अशी नव्वद मिनिटं होती.

आणि जीझसनं माझ्या प्रार्थनांना प्रतिसाद दिला? स्वतः जीझसनं? मी परमेश्वरावर चिडून ओरडलो, त्याची खरडपट्टी काढली, त्याचं शहाणपण आणि प्रामाणिकपणा याबद्दल शंका घेतली तरी?

परमेश्वरानं अशा तऱ्हेच्या प्रार्थनेला प्रतिसाद तरी का दिला? आणि मी त्याच्या दयेला कसा काय पात्र ठरलो?

कबुलीजबाब

जुलैच्या पहिल्या दुसऱ्या आठवड्यात उन्हाचा तडाखा सपाट प्रदेशाला भाजून काढत होता. त्यामुळे त्या मोठ्या 'ग्रीनहाऊस'मधील धान्याच्या शेतांचं गरमीनं पोषण होत होतं. वेजवूडच्या मातीच्या भांड्यासारखा सौम्य निळा प्रकाश असलेलं आकाश इम्पीरिअलवर जवळजवळ रोज कमान करत होतं. दिवसा उन्हात डासांची गुणगुण आणि रात्री टोळांचं कर्कश्श गाणं ऐकू येत होतं. जुलै महिन्याच्या मध्यावर मी चर्चच्या जिल्हा पातळीवरील संमेलनासाठी कोलोराडोमधील ग्रीलेला निघालो होतो. जवळजवळ १५० धर्मोपदेशक, त्यांच्या पत्नी आणि नेब्रास्का व कोलोराडो येथील प्रतिनिधी हे स्टीव्ह विल्सन धर्मोपदेशक असलेल्या चर्चमध्ये एकत्र भेटणार होते – त्याच चर्चला मी मागच्या मार्चमध्ये भेट दिली होती. त्या वेळी सोनया हॅरिस कुटुंबाच्या घरी कोल्टनची शुश्रूषा करत होती. तेव्हा आम्हाला वाटलं होतं त्याला स्टमक फ्ल्यू झालाय म्हणून.

रोमन कॅथलिक पंथाचे लोक कन्फेशन[१] – पापांचा कबुलीजबाब – हा धार्मिक विधी मानतात. ते धर्मोपदेशकासमोर आपली पापं आणि उणिवा कबूल करतात. प्रोटेस्टन्ट पंथाचे[२] लोकही कन्फेशनचा विधी करतात; पण तो बराचसा अनौपचारिक असतो. त्यात परमेश्वराकडे सांगण्यासाठी मध्यस्थ नसून त्याला विश्वासात घेतलं जातं. पण माझ्या चिडून केलेल्या प्रार्थना थेट स्वर्गापर्यंत पोहोचल्या. त्याला तसाच थेट प्रतिसादही मिळाला, असं कोल्टनच्या सांगण्यामुळे कळलं. त्यामुळे मला

---

१. Confession (कन्फेशन) – आपल्या पापांचा कबुलीजबाब चर्चमधील धर्मोपदेशकाजवळ देणे. ख्रिश्चन धर्मात ही प्रथा आहे.
२. रोमन कॅथलिक आणि प्रोटेस्टन्ट हे ख्रिश्चन धर्मातील दोन पंथ आहेत.

आणखी कन्फेशन करावंसं वाटलं.

मी परमेश्वरावर एवढा रागावलो होतो, हे माझं मला बरोबर वाटलं नाही. माझं मूल तो खरोखर नेणार असं वाटून मी त्याच्यावर जेव्हा पोटतिडकीनं चिडलो होतो, अस्वस्थ झालो होतो, तेव्हा माझ्या मुलाचं रक्षण कोण करत होतं, सांगा? कधी न पाहिलेलं कोणीतरी त्याच्यावर प्रेम करत होतं का? मी एक धर्मोपदेशक होतो. माझी स्वतःची श्रद्धा कमी पडली याचा जाब मी इतर धर्मोपदेशकांना द्यायला पाहिजे, असं मला वाटलं. म्हणून जिल्हाधिकारी फिल हॅरिसना मी विचारलं की, ग्रीले वेस्लेयानला संमलेनाच्या वेळी मी थोडा वेळ बोलू का.

त्यांनी मला परवानगी दिली. ती वेळ आली तेव्हा त्या रविवारी जवळजवळ हजार माणसं बाकांवर बसलेली व चर्चचे अधिकारी गाभाऱ्यात बसलेले असताना त्यांच्यासमोर मी उभा राहिलो. सुरुवातीला कोल्टनच्या तब्येतीची थोडक्यात माहिती सांगून मी आमच्या कुटुंबाच्या वतीनं सर्व स्त्री-पुरुषांचे त्यांच्या प्रार्थनेबद्दल आभार मानले. मग मी माझ्या कन्फेशनला सुरुवात केली.

''कोल्टनच्या बाबतीत जे घडलं त्यापूर्वी माझा पाय मोडला, किडनी स्टोनचं ऑपरेशन आणि नंतर लम्पॅक्टोमी झाली, हे तुमच्यापैकी बहुतेकांना ठाऊक आहे. ते वर्ष इतकं वाईट गेलं की, काही लोकांनी मला 'पॅस्टर जॉब' अशी हाक मारायला सुरुवात केली.''

चर्चच्या गाभाऱ्यात हलक्या हसण्याचा आवाज घुमला. ''परंतु कोल्टन ज्या कठीण परिस्थितीतून जात होता ते बघण्याइतकं दुःख मला दुसऱ्या कोणत्याही गोष्टीनं झालं नाही. मी परमेश्वरावर वेड्यासारखा चिडलो.'' मी पुढे सांगू लागलो, ''मी सर्वसामान्य माणूस आहे आणि माणसंच 'काहीतरी' करतात. मला त्या वेळी वाटलं की, मी फक्त परमेश्वरावर दुःखामुळे ओरडू शकतो.''

हॉस्पिटलमध्ये त्या लहानशा खोलीत असतानाची माझी वागणूक मी थोडक्यात सांगितली. मी परमेश्वराची खरडपट्टी काढली, कोल्टनच्या स्थितीबद्दल त्याला दोष दिला. त्यानं आपल्या एका धर्मोपदेशकाला अशी वागणूक दिली याबद्दल मी कुरकुरलो, हे म्हणताना 'कसंही करून त्यानं मला सर्व संकटातून सोडवावं, कारण मी 'त्याचंच काम करत होतो' असा माझा आव इत्यादी सांगितलं.

''मी त्या वेळी मानसिकदृष्ट्या अतिशय अस्वस्थ आणि त्रासलो होतो, तरी परमेश्वरानं माझ्या हाकेला उत्तर दिलं यावर तुमचा विश्वास बसेल?'' मी सांगू लागलो. ''मी असली प्रार्थना करतो आणि परमेश्वर 'हो' म्हणतो यावर तुमचा विश्वास बसेल?''

मी माझ्या धर्मोपदेशक मित्रांना सांगितलं की, मी आतापर्यंत काय शिकलो होतो हे आठवलं. पुन्हा मला वाटलं की, मी परमेश्वराशी खरेपणाने वागू शकतो. स्वर्गात

आपली प्रार्थना पोहोचण्यासाठी चर्चमध्ये नेहमी केली जाणारी पवित्र प्रार्थनाच केली पाहिजे असं नाही. मी म्हणालो ''तुम्ही तुम्हाला काय वाटतं ते परमेश्वराला सांगू शकता. खरं तर त्याला सगळं माहीत असतंच.''

या सगळ्यात महत्त्वाचं म्हणजे, ''माझी प्रार्थना परमेश्वर ऐकतो'' हे मला कळलं. सर्वांचीच प्रार्थना तो ऐकतो. मी माझ्या लहानपणापासून ख्रिश्चन होतो आणि अर्ध आयुष्य धर्मोपदेशक आहे. म्हणून तसा माझा विश्वास आधीपासून होताच. पण आता मला 'तसंच घडतं' हे कळलं होतं. कसं म्हणाल, तर नर्स जेव्हा कोल्टनला ढकलगाडीवरून नेत होत्या, तेव्हा माझा मुलगा ओरडत होता, ''डॅडी, डॅडी, त्यांना मला नेऊ देऊ नका!'' मी परमेश्वरावर रागावलो होतो, कारण मला माझ्या मुलाजवळ जाता येत नव्हतं, त्याला जवळ घेऊन दिलासा देता येत नव्हता. अशा वेळी 'परमेश्वराचा पुत्र'[३] माझ्या मुलाला मांडीवर घेऊन बसला होता.

---

३. परमेश्वराचा पुत्र – जीझस.

पॉप आजीबा

ऑगस्टमधल्या उन्हाने न्हाऊन निघालेल्या एका दिवशी कोल्टन आणि मी बेंकेलमनला निघालो होतो. चार वर्षांचा कोल्टन माझ्या लाल पिकअपमध्ये मागच्या सीटवर बसला होता. मला तिथे जाऊन एक काम पूर्ण करायचं होतं आणि मी कोल्टनला बरोबर न्यायचं ठरवलं होतं. त्याला तिथे औद्योगिक दरवाजे बसविण्याच्या कामात विशेष रस नव्हता, पण माझ्या लहानशा 'चेव्ही' डिझेल गाडीत बसून जायला त्याला आवडायचं. कारण एक्सपिडिशनच्या मागच्या सीटवर बसून त्याला बाहेरचं फारसं दिसायचं नाही. चेव्हीमध्ये मात्र त्याची सीट उंच होती आणि त्याला बाहेरचं सर्व दिसायचं.

बेंकेलमन हे इम्पीरिअलच्या दक्षिणेस ३८ मैल अंतरावरचं लहानसं शेतीप्रधान गाव. १९८५मध्ये त्याची स्थापना झाली. नेब्रास्कामधला ग्रामीण लोकसमूह असलेला सीमाभाग थोडा अशांत होता. यांत्रिकीकरणामुळे शेती व्यवसायातील नोकऱ्या कमी झाल्यावर तेथील लोक कामाच्या शोधासाठी मोठ्या शहरांकडे वळल्याने तिथली लोकसंख्या कमी झाली होती. इम्पीरिअलच्या पूर्वेकडे टोकाला नेहमीच्याच जागी असलेला खताचा आणि बटाट्याचा कारखाना माझ्या गाडीने मागे टाकला आणि नंतर ती दक्षिणेकडे एन्डर्स लेककडे वळली. मध्ये मध्येच सिडारची झाडं असलेलं म्युनिसिपालिटीचं गोल्फचं मैदान मागे टाकून आम्ही कॉंक्रीटच्या धरणावरून पुढे गेलो तेव्हा आमच्या उजव्या बाजूला खाली सरोवर चमकत होतं. पाण्यावर स्कीइंग – घसरण्याचा खेळ – खेळणाऱ्या एकाला ओढणाऱ्या इंजिनच्या होडीच्या मागे राहिलेल्या फेसाळ खुणेकडे कोल्टन खाली वाकून बघत होता. आम्ही धरण ओलांडलं, दरीत खाली उतरलो आणि दक्षिणेकडे थेट जाणाऱ्या दुपदरी हायवेवरून जाऊ लागलो. आता आमच्याभोवती शेकडो एकर शेतजमीन पसरलेली होती.

८६ । स्वर्गाचा साक्षात्कार

चकचकीत गर्द हिरव्या रंगाचं सहा फूट उंचीचं मक्याचं पीक निळ्या आकाशाच्या पार्श्वभूमीवर उठून दिसत होतं आणि काळा कुळकुळीत डांबरी रस्ता त्याला सुरीच्या पात्यासारखा चिरत गेला होता.

अचानक कोल्टन बोलू लागला, "डॅड, तुमचे एक पॉप नावाचे आजोबा होते ना?"

"हो, होते ना," मी म्हणालो.

"ते तुमच्या ममीचे डॅडी होते, की डॅडीचे डॅडी?"

"पॉप माझ्या ममीचे डॅडी होते. मी साधारणतः तुझ्याएवढा असतानाच ते वारले."

कोल्टन हसला. "ते खूप मस्त आहेत."

माझी गाडी रस्ता सोडून जवळजवळ पिकातच गेली. तुमचा मुलगा त्याच्या जन्माच्या आधी पंचवीसएक वर्षं मरण पावलेल्या व्यक्तीच्या संदर्भात वर्तमानकाळ वापरतो तो क्षण अतिशय विलक्षण आकर्षक असतो. पण मी शांत राहायचा प्रयत्न केला. "म्हणजे, तू पॉपला पाहिलंस?" मी विचारलं.

"हो. स्वर्गात मला त्यांच्याबरोबर राहायला मिळालं. तुम्ही त्यांचे अगदी लाडके होतात ना, डॅड?"

"होय, अगदी लाडका होतो." एवढंच मी बोलू शकलो. माझं डोकं गरगरायला लागलं. कोल्टननं चर्चेसाठी एक नवीनच विषय सुरू केला होता : तुमचे मरण पावलेले नातेवाईक आणि त्यांची स्वर्गात पुनर्भेट. आतापर्यंत मी त्याच्याबरोबर जीझस, देवदूत आणि घोडे यांच्याविषयी बोललो असलो, तरी *'माझ्या'* ओळखीची व्यक्ती त्याला भेटली का असं त्याला विचारावं हे मला सुचलं नाही, हेही विलक्षणच! कारण मी विचारणार तरी कसा? कोल्टन जन्माला आल्यापासून आमचा कोणी कुटुंबीय किंवा मित्र मरण पावला नव्हता. तेव्हा त्याला तिथे कोणी भेटायची शक्यता नव्हती.

पण आता हे सगळं घडत होतं. मी बेंकेलमनच्या दिशेने आणखी साधारण दहा मैल गाडी चालविली असेल. माझ्या मनात विचार घोळू लागले. गव्हाच्या पिकाचा कापणीचा हंगाम संपल्याने कापणीनंतर राहिलेल्या खुंटांचे ब्रॉन्झच्या रंगाचे छान चौकोन मक्याच्या पिकात मध्ये मध्ये दिसू लागले.

त्याच्या डोक्यात नवीन कल्पना घालण्याची चूक मला पुन्हा करायची नव्हती. उदाहरणार्थ, स्वर्गात जाण्यापूर्वी माणसांना मरावं लागतं. मला आनंद, समाधान देण्यासाठी त्यानं प्रतिसाद म्हणून दिलेली माहिती मला नको होती. मला सत्य जाणून घ्यायचं होतं.

रस्त्यापासून साधारण पाव मैल अंतरावर डाव्या बाजूला चर्चच्या छपरावरचा

पॉप आजोबा । ८७

पांढराशुभ्र मनोरा शेतातून उगवल्यासारखा दिसत होता. १९१८ मध्ये बांधलेलं पॉल ल्युथर्न चर्च. या प्रदेशातील या खूप जुन्या चर्चमधील लोक आमचा हा लहान मुलगा आम्हाला ज्या गोष्टी सांगतो, त्यांबद्दल काय विचार करतील, याबद्दल मला कुतूहल वाटलं.

अखेर आम्ही डन्डी काउन्टी ओलांडल्यावर माझी काही सरळ प्रश्न विचारायची तयारी झाली. ''ए कोल्टन,'' मी म्हणालो.

तो मक्याच्या रांगांतून धावणाऱ्या फेझंट पक्ष्यांचं निरीक्षण करत होता. तो खिडकीपासून वळला. ''काय?''

''कोल्टन, पॉप कसे दिसत होते?''

तो मोठ्याने हसला. ''ओ डॅडी, पॉपला खूप मोठे पंख आहेत.'' पुन्हा तो हे वर्तमानकाळात बोलला. हे सगळंच गूढ होतं. कोल्टन पुढे बोलू लागला, ''माझे पंख खरंच छोटेसे होते, पण पॉपचे मोठे होते!''

''त्यांचे कपडे कसे दिसत होते?''

''त्यांनी पांढरे कपडे घातले होते, पण इथे निळे होते.'' त्यानं सांगितलं आणि 'सॅश'ची खूण केली.

कुणीतरी रस्त्यात टाकलेली शिडी चुकविण्यासाठी मी गाडी रस्त्याच्या कडेला घेतली आणि पुन्हा मध्यावर आणली. ''तुला पॉपबरोबर राहायला मिळालं?''

त्याने होकारार्थी मान डोलावली. त्याचे डोळे चमकले.

''लहान असताना मी पॉपबरोबर खूप मजा केली.'' मी सांगितलं.

पॉप आणि इलेन आजीबरोबर कॅनससमधील युलिसिस येथील त्यांच्या शेतावर बराचसा काळ मी का घालवला, ते मी कोल्टनला सांगितलं नाही. माझे डॅड रसायनतज्ज्ञ असून केर-मॅकगी पेट्रोलियम कंपनीत काम करत होते; पण बायपोलर डिसऑर्डरने ते आजारी होते हे त्यातील वाईट सत्य होतं. माझी मॉम के प्राथमिक शिक्षिका होती. कधी डॅडचा आजार जास्त झाला की, तिला त्यांना हॉस्पिटलमध्ये ठेवावं लागे. या सगळ्यापासून दूर ठेवण्यासाठी तिनं मला पॉपच्या छत्राखाली ठेवलं होतं. मला तिकडे 'मुद्दाम' ठेवलं होतं हे मला माहीत नव्हतं. मला शेतावर भटकणं, कोंबड्यांचा पाठलाग करणं, सशाची शिकार करणं आवडत होतं, एवढंच माहीत होतं.

''मी पॉपबरोबर त्यांच्या खेड्यातल्या फार्मवर पुष्कळ वेळ घालवला,'' मी कोल्टनशी बोलू लागलो. ''मी मळणीच्या मशिनवर आणि ट्रॅक्टरवर त्यांच्याबरोबर बसलो. त्यांच्याकडे एक कुत्रा होता. त्याला मधूनमधून बाहेर न्यायला लागायचं आणि तो सशांची शिकार करायचा.''

कोल्टनने पुन्हा मान हलविली. ''हो, मला माहीत आहे. पॉपनी मला सांगितलं.''

त्यावर काय बोलावं ते मला कळेना. म्हणून मी त्याला म्हटलं, ''त्या कुत्र्याचं नाव चार्ली ब्राऊन होतं आणि त्याचा एक डोळा निळा व एक तपकिरी होता.''

''मजाच!'' कोल्टन म्हणाला, ''तसा कुत्रा आपण आणू या?''

मी गालातल्या गालांत हसलो. ''बघू या.''

माझे आजोबा लॉरेन्स बार्बर शेतकरी होते. तिथल्या प्रत्येकाला ते ओळखत होते आणि प्रत्येकाला ते आपला मित्र वाटायचे. त्यांचा दिवस पहाटेपूर्वीच सुरू व्हायचा. त्यांच्या फिरण्याची सीमा त्यांच्या शेतातील घरापासून कॅनससमधल्या युलिसिसपर्यंत होती. तिथल्या कणकेच्या गोल केकच्या दुकानात जाऊन गप्पागोष्टींची देवाणघेवाण ते करत. ते शरीराने धिप्पाड होते आणि मरण येण्यापूर्वीपर्यंत ते फूटबॉलमधील गोलरक्षकाच्या पुढच्या जागेवर खेळत. त्यांची बायको म्हणजे माझी आजी इलेन (कोल्टनच्या हॉस्पिटलच्या बिलासाठी जिने मदत म्हणून पैसे पाठवले तीच आजी) म्हणायची, की लॉरेन्स बार्बरला खाली पाडण्यासाठी चार ते पाच प्रतिस्पर्धी खेळाडू लागायचे.

पॉप चर्चला मात्र कधीमधीच जायचे. आध्यात्मिक गोष्टींबाबत ते खासगीपणा जपत. बरीच माणसं अशा प्रकारची काळजी घेतात. एकदा उशिरा रात्रीच्या वेळी गाडी चालवत असताना गाडी रस्ता सोडून खाली गेली आणि त्या अपघातात ते मरण पावले. त्या वेळी मी सहा वर्षांचा होतो. पॉपची क्राउन व्हिक्टोरिया गाडी विजेच्या खांबावर आदळली आणि तिचे दोन तुकडे झाले. खांबाचा वरचा अर्धा तुकडा एका बाजूला कलंडला आणि त्याने क्राउन व्हिक्टोरियाच्या छताचे तुकडे-तुकडे केले. गाडीच्या वेगामुळे पॉप शेतात पुढे अर्धा मैल फरफटत गेले, ज्या दिशेने ते आले होते त्याच दिशेला. एका जुन्या कारखान्याच्या आवाराजवळ हा अपघात इतक्या जोराने घडला की, तेथे काम करत असलेला मजूर चटकन काय झालं हे बघण्यासाठी धावला. अपघात झाल्यावरही पॉप जिवंत असून श्वासोच्छ्वास करत होते. कारण त्यांची सुटका करायला गेलेल्या लोकांना ते शेजारच्या सीटवर आडवे होऊन दाराचे हॅन्डल फिरवून बाहेर पडायचा प्रयत्न करत असल्याचे दिसले; पण त्यांना रुग्णवाहिकेतून हॉस्पिटलमध्ये नेलं, तेव्हा डॉक्टरांनी त्यांना मृत म्हणून घोषित केलं होतं. ते फक्त ६१ वर्षांचे होते.

दफनविधीच्या वेळचं माझ्या आईचं दुःख मला आठवतं. तिच्या यातना तिथेच संपल्या नाहीत. मी मोठा होत असताना कधीकधी प्रार्थनेच्या वेळी तिच्या डोळ्यांतून हलकेच अश्रू गालांवर ओघळत असलेले मी पाहिलेत. मी कधी तिला विचारलं की, काय झालं? तर ती मला सांगत असे, ''पॉप स्वर्गात गेले की नाही याची मला काळजी वाटते.''

त्यानंतर खूप काळाने म्हणजे २००६मध्ये माझी मावशी कॉनी हिच्याकडून कळलं की, पॉप मरण पावण्यापूर्वी दोनच दिवस अगोदर चर्चमधील एका खास

पॉप आजोबा । ८९

सार्वजनिक प्रार्थनेला गेले होते – कदाचित माझ्या आजोबांच्या शाश्वत विधिलिखिताचं ती प्रार्थना हे उत्तर असू शकतं.

दिवस होता; १३ जुलै, १९७५ आणि जागा होती, कॅनसासमधील जॉन्सन. मॉम आणि मावशी कॉनी यांचे एक ह्युबर्ट कॉल्डवेल नावाचे काका होते. मला ह्युबर्टकाका आवडत. ह्युबर्ट हे एका लहान गावातील साधेसुधे धर्मोपदेशक होते. एवढंच नव्हे, तर त्यांना गप्पा मारायला आवडायचं. सहजपणे ज्याच्याशी गप्पा रंगाव्यात अशा तऱ्हेचा तो माणूस होता. (मलासुद्धा ते आवडायचे, कारण ते बुटके होते, अगदी माझ्यापेक्षासुद्धा. कुणाकडे डोळे खाली वळवून भेटणं ही संधी माझ्याकरता त्या वयात दुर्मिळ होती. त्यामुळे ती संधी म्हणजे मला विशेष वाटत असे.)

ह्युबर्टकाकांनी त्यांच्या खेड्यातल्या लहानशा चर्चमध्ये त्यांच्या मार्गदर्शनाखाली पुनरुज्जीवनासाठी होणाऱ्या प्रार्थनेला (रिव्हायवल सर्व्हिसला) पॉप, कॉनी आणि इतरांना बोलावलं होतं. गॉड ऑफ ॲपॉस्टॉलिक फेथ चर्चच्या उंच व्यासपीठावर उभं राहून 'कुणाला आपलं आयुष्य जीझस ख्राइस्टसाठी द्यायचं आहे का?' असं विचारत ह्युबर्टनी आपलं प्रवचन संपवलं. हात वर केलेल्या पॉपना ह्युबर्टकाकांनी पाहिलं होतं. पण कशी कोण जाणे ती गोष्ट कधीही माझ्या मॉमपर्यंत आली नाही आणि पुढील अठ्ठावीस वर्षं ती वारंवार त्याबद्दल काळजी करत राहिली.

मी बेंकेलमनहून घरी परतल्यानंतर माझ्या मॉमला फोन केला आणि कोल्टन काय बोलला ते तिला सांगितलं. तो शुक्रवार होता. दुसऱ्या दिवशी सकाळी युलिसिसहून इतक्या लांबून गाडी चालवत ती, तिचा नातू तिच्या वडिलांबद्दल काय बोलतो आहे, ते केवळ ऐकण्यासाठी आमच्या घरापर्यंत आली. ती इतक्या झपाट्यानं तिथे पोहोचली, की आम्ही चकित झालो.

"ती तडक इकडे आली आहे," सोनया म्हणाली.

जेवणाच्या वेळी संध्याकाळी टेबलाभोवती बसून सोनया आणि मी, कोल्टन आपल्या आजीला इंद्रधनुष्य, घोडा आणि पॉपबरोबर घालविलेल्या वेळेबद्दल सांगत होता, ते ऐकत बसलो. कोल्टन ज्या पद्धतीने घडलेलं सांगत होता त्याचं मॉमला सगळ्यात आश्चर्य वाटलं. कारण पॉप मरण पावल्यानंतर कित्येक दशकांनी कोल्टन जन्मला होता तरी पॉपनी आपला पणतू ओळखला होता. म्हणजे आपल्या अगोदर जे स्वर्गात जातात त्यांना पृथ्वीवर काय घडतं ते कळतं, याचा तिला अचंबा वाटला. स्वर्गातच आपण आपल्या प्रिय व्यक्तींना ओळखू शकतो का– जरी जिवंत असताना आपण त्यांना भेटलो नसलो तरी! पृथ्वीवर नसलेली, मृत्यूनंतरच्या आयुष्यात माणसं ओळखण्याची खास पद्धत तिथे आहे का, असंही तिला वाटलं.

नंतर मॉमनं कोल्टनला एक विलक्षण प्रश्न विचारला. "तुझे डॅड धर्मोपदेशक झाले याबद्दल जीझसनं काही म्हटलं का?"

मी चकित होऊन मनातल्या मनात म्हटलं की, माझ्या व्यवसायासारखा विषय

कशाला इथे आला. तेवढ्यात कोल्टननं उत्साहानं जोरजोरात मान हलवून मला धक्का दिला. ''ओ, यस! जीझस म्हणाला की, तो डॅडींकडे गेला आणि डॅडींना सांगितलं की डॅडींनी धर्मोपदेशक व्हावं, असं त्याला वाटतं. डॅडी 'हो' म्हणाले आणि जीझसला आनंद झाला.''

मी खुर्चीवरून खरोखरच कोलमडणार होतो. ते खरंच होतं. मला ते घडलं ती रात्र स्पष्टपणे आठवते. मी तेरा वर्षांचा होतो तेव्हा. आर्कान्सामधील सिलोम स्प्रिंग्ज येथे जॉन ब्राउन युनिव्हर्सिटीत, तरुण वर्गासाठी असलेल्या उन्हाळी शिबिराला मी गेलो होतो. संध्याकाळच्या एका सभेला रेव्हरंड ऑरव्हिल बुचरनी परमेश्वर कशा प्रकारे लोकांना धर्मोपदेशक होण्यासाठी बोलावतो आणि त्याचं जगभर काम करण्यासाठी त्यांचा कसा उपयोग करतो, याबद्दल सांगितलं.

धर्मोपदेशक बुचर बुटके, टक्कल पडलेले असे आनंदी, उत्साही आणि प्रभावी प्रवचनकार होते. वय झालेले धर्मोपदेशक कंटाळवाणे आणि रुक्ष असतात अशी कधीकधी मुलांची कल्पना असते, तसे ते नव्हते. तेव्हा एकोणीस वयाच्या दीडशे मुलांच्या समूहाला त्यांनी आवाहन केलं : ''आज रात्री इथे जमलेल्या काहींचा परमेश्वर धर्मोपदेशक आणि धर्मप्रचारक म्हणून उपयोग करू शकेल.''

माझ्या आयुष्यातील काही क्षणांपैकी त्या क्षणाची आठवण अगदी शुद्ध, स्पष्ट आणि बिलोरी काचेप्रमाणे पारदर्शक आहे. अशीच आठवण तुम्ही शाळेतून पदवी घेता तेव्हा किंवा तुमचं पहिलं मूल जन्मतं त्या क्षणाची असते. मला आठवतंय की, मुलांची गर्दी माझ्या डोळ्यांसमोरून हळूहळू दिसेनाशी झाली आणि धर्मोपदेशकाचा आवाजही पार्श्वभूमीवरून हळूहळू कमी होत गेला. मला माझ्या मनावरचं दडपण जाणवलं आणि एक हळुवार कुजबूज ऐकू आली : *''तो तू आहेस, टॉड. तू ते करावंस असं मला वाटतं.''*

हे मी प्रत्यक्ष परमेश्वराकडून ऐकलं याबद्दल मला शंका नव्हती. मी ती आज्ञा पाळण्याचा निश्चय केला. माझं लक्ष अगदी वेळेवर पुन्हा धर्मोपदेशक बुचर काय सांगतात याकडे वळलं. जर त्या रात्री आमच्यापैकी कोणी परमेश्वराकडून काही ऐकलं असेल किंवा आमच्यापैकी कोणी धर्मोपदेशक म्हणून सेवा करण्याचा निश्चय केला असेल, तर आम्ही घरी गेल्यावर तो कोणालाही सांगावा, म्हणजे आणखी एका तरी माणसाला तो कळलेला असेल. म्हणून शिबिराहून घरी परत गेल्यावर मी स्वयंपाकघरात गेलो.

''मॉम,'' मी म्हणालो, ''मी मोठा झालो की धर्मोपदेशक होणार.'' त्या दिवसानंतर कित्येक दशकांआधी मॉम आणि मी त्या संभाषणाचं दोन वेळा पुनर्परीक्षण केलं होतं. त्याबद्दल आम्ही कधीही कोल्टनला काही सांगितलं नव्हतं.

पॉप आजोबा । ९१

दोन बहिणी

उन्हाळ्याचे हिरवाईचे दिवस संपून धगधगत्या पानझडीचा ऋतू सुरू झाला. आम्ही मधूनमधून कोल्टनशी स्वर्गाविषयी बोलत होतो. पण एक संभाषण मात्र सतत सुरू झालं. जेव्हा कोल्टननं स्वर्गात जीझसला पाहिलं, तेव्हा तो कसा दिसत होता, या विशिष्ट विषयावर वारंवार चर्चा झाली. कारण धर्मोपदेशक म्हणून काम करत असताना मी वेगवेगळ्या हॉस्पिटल्समध्ये, ख्रिश्चन पुस्तकांच्या दुकानात आणि इतर चर्चेसमध्ये पुष्कळ वेळ घालवला होता. या सर्व जागी जीझस ख्राइस्टची खूप रेखाचित्रं आणि रंगीत चित्रं लावलेली असतात. बऱ्याच वेळा सोनया आणि मुलं माझ्याबरोबर असायची. त्यामुळे तो एक खेळच झाला होता. कधी जीझसचं चित्र पाहिलं की आम्ही कोल्टनला विचारत असू, ''हे चित्र कसं आहे? जीझस असा दिसतो का?''

बहुतेक वेळा कोल्टन चित्राकडे एखादा क्षण टक लावून बघत असे आणि त्याचं लहानसं डोकं हलवत असे. ''नाही, केस असे नाहीत,'' तो म्हणत असे किंवा ''हे कपडे असे नाहीयेत.''

हे असं तीन वर्षांत अनेक वेळा घडलं. मग कधी रविवारच्या शाळेतील एखाद्या पुस्तकाच्या पृष्ठभागावर हुबेहूब काढलेलं ख्रिस्ताचं चित्र असो किंवा कधी एखाद्या म्हाताऱ्याच्या घराच्या भिंतीवर लावलेली जुन्या चित्रकाराच्या चित्राची प्रतिकृती असो, कोल्टनची प्रतिक्रिया नेहमी एकाच प्रकारची होती : त्या प्रत्येक चित्रात काय चूक होती हे स्पष्ट करणं कोल्टनसारख्या खूपच लहान मुलाला शक्य नव्हतं. त्याला एवढंच माहीत होतं की, ती सर्व चित्रं बरोबर नाहीत.

ऑक्टोबरमधल्या एका संध्याकाळी मी स्वयंपाकघरातील टेबलाशी एका प्रवचनाची तयारी करत बसलो होतो. सोनया बाहेरच्या खोलीत कोपऱ्याजवळ व्यवसायाच्या वह्या बघत पास इत्यादींची व्यवस्था करणं, द्यायची बिलं बाजूला काढणं इत्यादी

९२ । स्वर्गाचा साक्षात्कार

कामं करत बसली होती. तिच्या पायाशी बसून कॅसी बार्बी बाहुलीशी खेळत होती. बाहेरच्या खोलीत कोल्टनच्या पावलांचा आवाज मी ऐकला आणि कोचाभोवती फिरताना त्याला अर्धवट पाहिलं. नंतर तो सोनयासमोर ठामपणे उभा राहिला.

"ममा, मला दोन बहिणी आहेत," कोल्टन बोलला.

मी माझं पेन खाली ठेवलं. सोनयानं तसं केलं नाही. तिनं काम सुरूच ठेवलं.

कोल्टन पुन्हा तेच म्हणाला, "ममा, मला दोन बहिणी आहेत."

सोनयानं आपल्या हिशोबाच्या कामातून वर पाहिलं आणि डोकं थोडं हलवलं. "नाही. तुझी बहीण आहे कॅसी आणि... म्हणजे तुला तुझी चुलत बहीण ट्रॅसी म्हणायचंय का?"

"नाही," कोल्टननं हट्टीपणाने शब्द जणू तोडला, "मला दोन बहिणी आहेत. तुझ्या पोटात असताना एक बाळ गेलं, होय ना?"

त्या क्षणी बर्पोंच्या घरातला काळ जणू थांबला! सोनयाचे डोळे विस्फारले. काही क्षणांपूर्वी कोल्टन आपल्या मॉमचं लक्ष वेधू पाहत होता; पण त्याचा उपयोग झाला नाही. आता मात्र त्यानं तिचं पूर्ण लक्ष आपल्याकडे वेधून घेतलं होतं. हे मला स्वयंपाकघरातल्या टेबलाकडूनही दिसत होतं.

"माझं एक बाळ पोटातच गेलं हे तुला कुणी सांगितलं?" सोनया गंभीरपणे म्हणाली.

"तिनंच सांगितलं ममी. ती म्हणाली की, ती तुझ्या पोटात असतानाच गेली."

नंतर कोल्टन वळला आणि तिथून निघण्यासाठी चालायला लागला. त्याला जे सांगावसं वाटत होतं ते त्यानं सांगितलं होतं आणि तो निघण्याच्या तयारीत होता. त्यानं आत्ताच टाकलेल्या एका बॉंबमुळे सोनया गोंधळली होती. आमचा मुलगा कोचाभोवती फेऱ्या मारायला लागण्याआधीच सोनयाचा आवाज, जहाजावरील खलाशांना धोक्याचा इशारा असावा अशा प्रकारे घणघणला, *"कोल्टन टॉड बर्पो, तू ताबडतोब इकडे ये."*

कोल्टन चटकन वळला आणि त्यानं माझ्याकडे पाहिलं. त्याचा चेहरा सांगत होता, *'मी एवढं काय केलं?'*

माझ्या पत्नीला काय वाटलं असेल, याची मला कल्पना होती. ते बाळ गमावणं हा तिच्या आयुष्यातला सर्वांत दुःखाचा प्रसंग होता. आम्ही त्याबद्दल कॅसीला सांगितलं होतं, कारण ती थोडी मोठी होती. हा विषय समजणं या चार वर्षांच्या मुलाच्या क्षमतेपलीकडे आहे असं वाटून आम्ही ते कधीच त्याला सांगितलं नव्हतं. सोनयाच्या चेहऱ्यावर दिसणारा भावनांचा उद्रेक मी शांतपणे बघत राहिलो.

थोडासा घाबरूनच कोल्टन खाली मान घालून कोचाजवळ गेला. या वेळी थोड्या सावधपणे तो पुन्हा आपल्या मॉमजवळ उभा राहिला. "घाबरू नको, ममा,"

दोन बहिणी । ९३

तो म्हणाला, ''ती ठीक आहे. परमेश्वरानं[१] तिला दत्तक घेतलंय.''

सोनया कोचावरून सरकत खाली उतरली आणि कोल्टनच्या समोर तिनं गुडघे टेकले. आता ती त्याच्या डोळ्यांत पाहू शकत होती. ''म्हणजे जीझसने तिला दत्तक घेतलंय असं तर नाही ना म्हणायचंय तुला?'' ती म्हणाली.

''नाही, ममा. त्याच्या डॅडनी दत्तक घेतलंय!''

सोनया वळली आणि तिनं माझ्याकडे पाहिलं. तिनं नंतर मला सांगितलं की, त्या क्षणी ती शांत राहण्याचा प्रयत्न करत होती. तिला उचंबळून आलं होतं. तिला वाटलं : *आमचं बाळ.... होतं.... म्हणजे आहे!... ती मुलगी आहे.*

सोनयानं कोल्टनवर लक्ष केंद्रित केलं. आपला आवाज स्थिर ठेवण्यासाठी ती करत असलेले प्रयत्न मला कळत होते.

''ती कशी दिसत होती?''

''ती बरीचशी कॅसीसारखी दिसत होती,'' कोल्टन सांगू लागला.

''ती थोडी लहान आहे आणि तिचे केस काळे आहेत.''

सोनयाचे काळे केस!

माझ्या पत्नीच्या चेहऱ्यावर दुःख आणि आनंद यांचं मिश्रण मला दिसलं. कॅसी आणि कोल्टन यांचे केस माझ्यासारखे ब्लॉन्ड– तपकिरी होते. तिनं पूर्वी माझ्याकडे चेष्टेनं तक्रार केली होती, ''मी नऊ महिने या मुलांचा भार वाहते आणि ती दोघे मात्र दिसायला तुझ्यासारखी होतात.'' आता मात्र तिच्यासारखं दिसणारं बाळ होतं– आमची मुलगी. पहिल्यांदाच माझ्या पत्नीच्या डोळ्यांत नकळत अश्रू चमकलेले मी पाहिले.

आता कोल्टन काही न विचारता सांगू लागला, ''स्वर्गात ही लहानशी मुलगी माझ्याकडे धावत आली आणि मला तिनी घट्ट मिठी मारली आणि ती मिठी सोडेचना.'' त्याच्या आवाजावरून स्पष्ट कळत होतं की *'एका मुलीने'* मिठी मारावी हे त्याला आवडलं नव्हतं.

''तिच्या कुटुंबातील कोणीतरी तिथे आलं म्हणून तिला आनंद झाला असेल,'' सोनयानं सुचवलं. ''मुली मिठी मारतात. आम्हाला आनंद होतो, तेव्हा आम्ही मिठी मारतो.'' कोल्टनला ते खरं वाटलेलं दिसलं नाही.

सोनयाचे डोळे चमकले. तिनं विचारलं, ''तिचं नाव काय होतं? त्या लहानशा मुलीचं नाव काय होतं?''

क्षणभर कोल्टन त्या मुलीचं न आवडणारं मिठी मारणं विसरल्यासारखा दिसला. ''तिला नाव नाहीये. तुम्ही तिचं नावच ठेवलेलं नाहीये.''

हे त्याला कसं कळलं?

---

१. जीझस हा 'गॉड'चा म्हणजे परमेश्वराचा मुलगा मानला जातो.

"तुझं बरोबर आहे, कोल्टन," सोनया म्हणाली. "ती 'ती' आहे हेसुद्धा आम्हाला माहीत नव्हतं."

त्यानंतर कोल्टन जे बोलला ते अजून माझ्या कानात घुमत आहे : "होय, ती म्हणाली की, तू आणि डॅडी स्वर्गात यायची वाट बघणं तिला शक्य नव्हतं."

स्वयंपाकघरातील टेबलावरून मला दिसत होतं की, सोनया कशीबशी स्वतःला सावरत होती. तिनं कोल्टनचा एक पापा घेतला आणि त्याला खेळायला जायला सांगितलं. कोल्टन त्या खोलीतून गेला तेव्हा तिच्या गालांवरून अश्रू वाहत होते.

"आपलं बाळ खुशाल आहे तर," ती पुटपुटली. "आपलं बाळ खुशाल आहे."

त्या क्षणापासून आमच्या आयुष्यातील एका सर्वांत दुःखद प्रसंगाची, म्हणजे आम्हाला हवंहवंसं असलेलं मूल जाणं याची, जखम भरायला सुरुवात झाली. माझ्यासाठी मूल गमावणं हा एक भयंकर धक्का होता. परंतु सोनयानं सांगितलं की, गर्भपातामुळे तिचं हृदय पोळलंच होतं आणि ते तिला वैयक्तिक अपयशही वाटलं होतं.

"तुम्ही सगळ्या चांगल्या गोष्टी करता, चांगले पदार्थ खाता, बाळाच्या तब्येतीसाठी प्रार्थना करता, तरीही ते छोटंसं बाळ तुमच्या आत मरून जातं," तिनं एकदा मला सांगितलं होतं. "मला अपराधी वाटतं. मला मनोमन कळतं की, ती माझी चूक नाहीये, तरी अपराधी भावना राहते."

आमचं न जन्मलेलं मूल स्वर्गात गेलं असेल असा विश्वास आम्हाला ठेवावासा वाटत होता. या मुद्द्यावर बायबल फारसं काही सांगत नाही. तरी श्रद्धा असल्यानं आम्ही ते मानलं होतं; पण आता आमच्याकडे एक साक्षीदार होता : ज्या आमच्या मुलीला आम्ही कधीही भेटलेलो नव्हतो, ती मुलगी अनंतात आमची उत्सुकतेनं वाट बघत होती. त्यानंतर सोनया आणि मी स्वर्गात प्रथम कोण जाणार याबद्दल थट्टा करू लागलो. तिला पुष्कळ कारणांसाठी नेहमीच माझ्यापेक्षा अधिक जगायचं होतं. पहिली गोष्ट म्हणजे धर्मोपदेशकाच्या पत्नीचं उदाहरण वारंवार प्रवचनात दिलं जातं. सोनया नेहमी सांगत असे की, मी आधी मरण पावलो तर *'माझ्याविषयी'* तिला *'तिच्या'* गोष्टी सांगायची संधी मिळेल.

आता सोनयाकडे स्वर्गात प्रथम पोहोचण्याची इच्छा होण्यासाठी कारण होतं. आमच्या गेलेल्या बाळाच्या वेळी तिला दिवस होते तेव्हा आम्ही मुलाचं नाव ठरवलं होतं – कोल्टन – पण मुलगी झाली तर नाव काय ठेवायचं याबद्दल आमचं एकमत झालं नव्हतं. मला 'केल्सी' आवडलं होतं तर तिला 'केटलीन.' आमच्यापैकी कुणीही माघार घेतली नव्हती.

आता आमच्या लहानग्या मुलीला अजून नावच नाही हे आम्हाला कळलं तेव्हा आम्ही सारखं एकमेकांना म्हणू लागलो, "मी तुला हरवून स्वर्गात जाईन आणि तिचं नाव ठेवीन."

दोन बहिणी । ९५

परमेश्वराच्या सिंहासनाची खोली

२००३मध्ये ख्रिसमस जवळ आलेला असताना एका रात्री झोपायच्या वेळी मी कोल्टनच्या खोलीत गेलो होतो. आमच्या नेहमीच्या सवयीप्रमाणे त्यानं बायबलमधल्या गोष्टींचं पुस्तक वाचून दाखविण्यासाठी माझ्या हातात दिलं आणि त्या रात्री ती गोष्ट होती 'शहाणा राजा आणि लहान मूल!' ती गोष्ट 'बुक ऑफ किंग्ज' या पुस्तकावर आधारलेली होती. त्या गोष्टीत दोन स्त्रिया एकत्र राहतात आणि प्रत्येकीला एक लहान मुलगा असतो. एका रात्री त्यातील एक मुलगा मरण पावतो. दुःखाने वेडी झाल्याने मरण पावलेल्या मुलाची आई दुसरा मुलगा आपलाच आहे, असं सांगते. खरी आई दुःखी आईला खरं काय ते सांगून समजावयाचा प्रयत्न करते; पण जिवंत असलेलं आपलं बाळ परत देण्यासाठी ती तिचं मन वळवू शकत नाही. आपलं मूल परत घेण्यासाठी अधीर झालेली त्या मुलाची खरी आई सुचविते की, शहाणपणासाठी प्रसिद्ध असलेला राजा शलमोन हा वाद सोडवू शकेल आणि खरी आई कोण ते निश्चित ठरवेल. बायबलमधल्या या गोष्टीत शलमोन राजा दोन्ही स्त्रियांच्या मनात काय आहे, हे शोधून काढण्यासाठी एक योजना आखतो.

"मुलाचे दोन सारखे तुकडे करा." राजा हुकूम देतो.

"अर्धा एका स्त्रीला द्या आणि उरलेला अर्धा दुसऱ्या स्त्रीला द्या."

दुःखी आई या निर्णयाला मान्यता देते, पण खरी आई तिचं प्रेम प्रकट करते. ती रडत-रडत ओरडते, "नको. तिला ते बाळ घेऊ दे." अशा प्रकारे शहाण्या राजा शलमोनने कोणती आई खरं बोलतेय हे शोधून काढलं. त्यावरूनच आपल्याला 'शलमोनचा उपाय' – सॉलोमनिक सोल्युशन – असा वाक्प्रचार मिळाला.

मी गोष्टीचा शेवट केला आणि गोष्ट पुन्हा वाचण्यावरून (पुन्हा, पुन्हा आणि पुन्हा) कोल्टनचा आणि माझा नेहमीप्रमाणे गोडी-गुलाबीत वाद झाला. या वेळी मी

जिंकलो. आम्ही प्रार्थना करण्यासाठी जमिनीवर गुडघे टेकले तेव्हा मी गालिच्यावर पुस्तक बाजूला ठेवलं. ते बरोबर शलमोन राजा त्याच्या सिंहासनावर बसलाय असं चित्र दाखविलेल्या ठिकाणी उघडलं गेलं. माझ्या एकदम लक्षात आलं की, बायबल अनेक वेळा परमेश्वराच्या सिंहासनाविषयी सांगतं. उदाहरणार्थ, 'हिब्रू लोकांस पत्र' (बुक ऑफ हिब्रूज) मध्ये आग्रहानं सांगितलंय की, 'श्रद्धाळूंनी परमेश्वराच्या सिंहासनाजवळ आत्मविश्वासानं जावं' आणखी त्यात असंही म्हटलंय की, 'पृथ्वीवरचं कार्य संपल्यावर जीझस परमेश्वराच्या सिंहासनाच्या उजव्या बाजूला बसला.'

बायबलमधल्या नव्या करारातील शेवटच्या भागातील प्रकटीकरणात परमेश्वराच्या सिंहासनाचं वर्णन केलं आहे :

> "मी नवीन जेरूसलेम हे पवित्र नगर परमेश्वराकडून स्वर्गातून खाली येताना पाहिलं. त्या नगरानं नववधूनं वरासाठी करावा तसा सुंदर शृंगार केला होता. मला एक मोठा आवाज सिंहासनाच्या दिशेनं ऐकू आला. तो सांगत होता, 'आता परमेश्वराचा निवास माणसांबरोबर आहे आणि तो त्यांच्याबरोबरच पुढे राहील. ती त्याची माणसं असतील. परमेश्वर स्वतः त्यांच्याबरोबर असेल. तो त्यांचा परमेश्वर असेल. तो त्यांच्या डोळ्यांत येणारा प्रत्येक अश्रू पुसून टाकील. यापुढे कधीही मृत्यू, दुःख, रडणं किंवा वेदना नसतील. कारण वस्तूच्या जुन्या अवस्थांचा अनुक्रम बदलला आहे.' "
>
> त्या सिंहासनावर बसलेला तो बोलला, "मी प्रत्येक गोष्ट नवीन निर्माण करीन...."
>
> मी त्या नगरात एकही मंदिर पाहिलं नाही. कारण तो सर्वशक्तिमान परमेश्वर (लॉर्ड गॉड आलमायटी) आणि ते कोकरू – जीझस (द लॅम्ब) हेच त्याचं मंदिर आहे. त्या नगरीला प्रकाश मिळण्यासाठी सूर्य आणि चंद्राची आवश्यकता नाही. परमेश्वराचं तेज हाच प्रकाश आहे आणि ते कोकरू हाच दिवा आहे.

"ए कोल्टन!" मी त्याच्या शेजारी गुडघे टेकून बसलो व विचारू लागलो, "तू स्वर्गात होतास, तेव्हा कधी परमेश्वराचं सिंहासन पाहिलंस?"

कोल्टननं माझ्याकडे जरा थट्टेनं पाहिलं. "सिंहासन म्हणजे काय डॅडी?"

मी बायबलमधल्या गोष्टींचं पुस्तक उचललं आणि त्यातील राजा शलमोन दरबारात बसला आहे, अशा चित्राकडे बोट दाखवलं. "सिंहासन हे राजाच्या खुर्चीसारखं असतं. फक्त राजाच त्यावर बसू शकतो."

"हां, होय. मी ते अनेक वेळा पाहिलं!" कोल्टन म्हणाला.

परमेश्वराच्या सिंहासनाची खोली । ९७

माझं हृदय धडधडलं. मला स्वर्गातील सिंहासनाची खरी झलक मिळणार होती का? "मग परमेश्वराचं सिंहासन कसं दिसत होतं?"

"ते मोठं होतं, डॅडी... खूप खूप मोठं. कारण परमेश्वरच तिथे सगळ्यात मोठा आहे. तो खरोखरच आमच्यावर प्रेम करतो डॅड. तो आपल्यावर *'इतकंऽऽऽ'* प्रेम करतो की, तुमचा त्यावर विश्वास बसणार नाही."

हे तो बोलल्यावर एक विरोधाभास माझ्या मनावर चटकन उमटला : कोल्टन एक छोटासा मुलगा एका खूप मोठ्याविषयी बोलतोय – पुढच्याच क्षणी तो त्याच्या ममतेविषयी बोलतोय. एक गोष्ट नक्की की, परमेश्वराचा आकार कोल्टनला घाबरविणारा नव्हता. मला आणखी एका गोष्टीचं आश्चर्य वाटलं. परमेश्वर *'कसा दिसतो'* हे सांगायला कोल्टन तत्पर होताच; पण परमेश्वराला आमच्याविषयी *'काय वाटतं'* हे सांगायला तो जास्त उतावळा होता.

"जीझस परमेश्वराच्या जवळच बसतो हे तुम्हाला माहीत आहे का?" कोल्टन उत्साहाने सांगू लागला. "जीझसची खुर्ची त्याच्या डॅडच्या खुर्चीला लागून आहे."

मी अगदी उडालोच. चार वर्षांच्या मुलाला हे माहीत असणं शक्य नाही. त्या क्षणी मला दुसऱ्यांदा असं वाटलं की *'त्यानं ते नक्की पाहिलं आहे.'*

त्यानं 'बुक ऑफ हिब्रूज'विषयी कधी ऐकलंसुद्धा नसेल याची मला खात्री होती. ते शोधून काढण्याचा एक मार्ग होता.

"कोल्टन, परमेश्वराच्या सिंहासनाच्या कुठल्या बाजूला जीझस बसला होता?" मी विचारलं.

कोल्टन पलंगावर चढून माझ्याकडे तोंड करून गुडघ्यावर बसला.

"तुम्ही परमेश्वराच्या सिंहासनावर बसला आहात असं समजा हं. जीझस अगदी तिथे बसला होता." त्यानं माझ्या उजव्या बाजूला बोट दाखवून म्हटलं.

'बुक ऑफ हिब्रूज'मधला उतारा माझ्या डोळ्यांसमोर तरळला. "आपण आपले डोळे जीझसवर खिळवू या. आमच्या श्रद्धेचा अधिकारी आणि परिपूर्ण असलेला, ज्याने सर्वांच्या सुखाचे कारण होण्यासाठी त्याच्यासमोर असलेल्या क्रुसावरील यातना लाजिरवाण्या न मानता सोसल्या आणि दुर्लक्षित केल्या, अशा त्या जीझसवर लक्ष केंद्रित करू या. तो परमेश्वराच्या सिंहासनाच्या उजव्या बाजूला खाली बसला आहे."

वा! बायबल काय म्हणतंय याच्या पार्श्वभूमीवर मी कोल्टनच्या आठवणी तपासून बघितल्या अशी ही दुर्मिळ घटना. कोल्टनने हे सांगितलं तेसुद्धा पापणीही न हलवता. आता दुसराच प्रश्न मला पडला. त्याचं उत्तर मला माहीत नव्हतं. निदान ते बायबलमध्ये तरी नव्हतं.

"बरं. परमेश्वराच्या सिंहासनाच्या दुसऱ्या बाजूला कोण बसतं?" मी विचारलं.

''ओ, अगदी सोपं डॅड. तिथे देवदूत गॅब्रिएल असतो. तो खूप छान आहे.''

गॅब्रिएल! यात काहीतरी अर्थ आहे. बॅप्टिस्ट योहानच्या पुढच्या जन्माची बातमी सांगायला गॅब्रिएल आला होता, तो क्षण आणि त्याची कथा मला आठवली—

पण देवदूत त्याला म्हणाला :

''तुझी प्रार्थना ऐकली गेली आहे झाकाराया. तुझी बायको एलिझाबेथ हिला तुझ्यापासून मुलगा होईल आणि तू त्याचं नाव 'योहान' ठेवशील. हा मुलगा तुला आनंद आणि सुख देईल. त्याच्या जन्मामुळे पुष्कळ जण आनंदित होतील, कारण परमेश्वराच्या दृष्टीनेही तो मोठा आहे....''

झाकारायानं देवदूताला विचारलं, ''मला याची खात्री कशी पटेल? मी म्हातारा आहे आणि माझ्या बायकोचंसुद्धा वय झालं आहे.''

त्या देवदूतानं उत्तर दिलं, ''मी गॅब्रिएल आहे. मी परमेश्वराचा प्रतिनिधी आहे. परमेश्वरानं मला तुझ्याशी बोलण्यासाठी पाठवलंय आणि तुला ही आनंदाची बातमी द्यायला सांगितलंय.''

''मी परमेश्वराचा प्रतिनिधी आहे'' गॅब्रिएलनं झाकारायाला सांगितलं. आणि आता दोन हजारपेक्षा अधिक वर्षांनी माझा लहानगा मुलगा तेच सांगतोय.

मला परमेश्वराचं सिंहासन असलेल्या खोलीची झलक मिळाली, पण कोल्टनच्या वर्णनावरून मला उत्सुकता वाटू लागली की, जगाचा कर्ता परमेश्वर त्याच्या सिंहासनावर बसला होता, त्याच्या उजव्या बाजूला जीझस आणि डाव्या बाजूला गॅब्रिएल बसला होता, तर मग कोल्टन कुठे होता?

कोल्टन आतापर्यंत रांगत आपल्या पांघरुणात गुरफटला होता. त्याचे सोनेरी केस असलेलं डोकं स्पायडरमॅनचं चित्र असलेल्या उशीच्या अभ्र्यावर विसावलं होतं.

''कोल्टन, तू कुठे बसला होतास?'' मी विचारलं.

''त्यांनी माझ्यासाठी लहानशी खुर्ची आणली होती.'' स्मितहास्य करत कोल्टन म्हणाला, ''मी पवित्र परमात्म्याच्या (गॉड ऑफ होली स्पिरिट) शेजारी बसलो होतो. परमेश्वर तीन व्यक्तींचा बनलेला आहे, हे तुम्हाला माहीत आहे का, डॅड?''

''होय, मला वाटतं मला ते माहीत आहे,'' मी मंद स्मित करत म्हणालो.

''मी परमात्म्याजवळ बसलो, कारण मी तुमच्यासाठी प्रार्थना करत होतो. तुम्हाला त्याची आवश्यकता होती. म्हणून मी तुमच्याकरता प्रार्थना केली.''

या बोलण्याने माझी मती गुंग झाली. कोल्टनचं म्हणणं होतं की, तो स्वर्गात माझ्यासाठी प्रार्थना करत होता. यावरून मला बुक ऑफ हिब्रूजमधील काही लेखनाची आठवण झाली. तिथे लेखक म्हणतो : म्हणून जोपर्यंत आपल्याभोवती

प्रत्यक्ष प्रमाणांचे मोठमोठे ढग आहेत तोपर्यंत... आपण चिकाटीने आपल्यासारख्या असलेल्या विशेष लक्षणयुक्त समुदायासाठी काम करू या.

''हा ईश्वर कसा दिसतो?'' मी विचारलं, ''गॉड ऑफ होली स्पिरिट... परमात्मा?''

कोल्टनच्या भुवईला मुरड पडली. ''अं... अं... तो एक प्रकारचा गर्द... तो एक प्रकारचा निळा होता.''

मी ते डोळ्यांसमोर आणायचा प्रयत्न करत होतो, तोच कोल्टन पुन्हा वेगळ्या विषयावर बोलू लागला, ''तुम्हाला माहिती आहे का... तिथेच मला पॉप भेटले.''

''परमात्म्याजवळ बसलेला असताना तुला पॉप भेटले?''

कोल्टननं जोरजोराने होकारार्थी मान हलविली. कुठल्या तरी मधुर, आनंददायक आठवणीत गुरफटल्यासारखा तो गालातल्या गालांत हसत होता. ''हो. पॉप माझ्याजवळ आले आणि म्हणाले, 'टॉड हे तुझे डॅड आहेत का?' मी 'हो' म्हणालो. मग पॉप म्हणाले, 'तो माझा नातू आहे.' ''

अन्त्यविधी करताना अनेक वेळा मृताचा शोक करणारा परिवार चांगला हेतू असलेली तरी नेहमीची सर्वसामान्य भाषणं देत असलेलं मी पाहिलंय. उदाहरणार्थ, 'ती आता चांगल्या जागी आहे' किंवा 'आम्हाला माहीत आहे की, तो स्मितहास्य करत आपल्याकडे पाहतोय' किंवा 'आपण त्याला पुन्हा भेटणार आहोत' अर्थात तत्त्वतः मी या गोष्टींना मानत होतो. पण प्रामाणिकपणे सांगायचं तर मला ते डोळ्यांसमोर आणता येत नव्हतं. कोल्टननं पॉप आणि बहिणीबद्दल सांगितल्यावर मी स्वर्गाचा वेगळ्या दृष्टीनं विचार करू लागलो. स्वर्ग म्हणजे केवळ मौल्यवान रत्नांची दारं असलेली, चकाकणाऱ्या नद्या आणि सोन्याचे रस्ते असलेली जागा नाही, तर शाश्वतपणे जे आपल्याबरोबर असतात, त्यांच्यासाठी आनंद आणि संगत सोबत यांचा प्रदेश असलेली अशी जागा. अशा प्रदेशात आपण अजून पृथ्वीवर असलेल्या व लवकरच तिथे पोहोचतील, असं गृहीत धरलेल्या व्यक्तींची उत्सुकतेनं वाट पाहतो. ती अशी जागा आहे की, जिथे एक दिवस मी जाईन आणि माझ्या प्रिय आजोबांशी आणि माझ्या न भेटलेल्या मुलीशी बोलेन.

मला यावर मनापासून विश्वास ठेवावासा वाटला. त्या क्षणी आमच्या संभाषणातील बारीकसारीक तपशील माझ्या मनात पातळ फिल्मच्या पारदर्शक ढिगासारखा साठू लागला. त्यातील स्वर्गाची जी चित्रं होती, ती आमच्या सगळ्यांकडे असलेल्या बायबलमधील वर्णनाशी चमत्कार वाटण्याइतकी जुळत होती. ज्यांना वाचता येतं ते वाचू शकतात. त्यातील काही गोष्टी मोठ्यांनासुद्धा कठीण वाटतील अशा होत्या. मग कोल्टनसारख्या अगदी लहान मुलांना तर जास्तच. उदाहरणार्थ, ख्रिश्चन धर्मातील त्रिमूर्ती (फादर, सन अ‍ॅन्ड द होली स्पिरिट) म्हणजे काय, परमात्मा (होली

१०० । स्वर्गाचा साक्षात्कार

स्पिरिट) काय करतो, जीझस परमेश्वराच्या उजव्या हाताला बसतो, इत्यादी....

माझा यावर विश्वास होता; पण माझी खात्री कशी पटणार होती?

मी कोल्टनच्या छातीवरच्या ब्लँकेटच्या सुरकुत्या काढून ते त्याच्या आवडीप्रमाणे नीटनेटकं खोचलं. तो स्वर्गाबद्दल सांगायला लागल्यावर प्रथमच मी हेतुपूर्वक त्याच्याशी बोलणं सुरू केलं. ''तू पॉपबरोबर राहिलास असं तू म्हणाल्याचं मला आठवतंय,'' मी म्हणालो, ''मग अंधार पडल्यावर तू पॉपबरोबर घरी गेलास, तेव्हा तुम्ही दोघांनी काय केलं?''

अचानक गंभीर होऊन कोल्टननं कपाळावर आठ्या घालून माझ्याकडे पाहिलं. *''स्वर्गात कधी अंधार पडत नाही डॅड! तुम्हाला कोणी सांगितलं हे?''*

मी माझी भूमिका सोडली नाही. ''तिथे कधी अंधार पडत नाही म्हणजे काय?''

''परमेश्वर आणि जीझस स्वर्ग उजळून टाकतात. तिथे कधीच अंधार होत नाही. तिथे नेहमीच प्रकाश असतो.''

मी चेष्टेचा विषय झालो. 'जेव्हा स्वर्गात अंधार पडतो' असं बोलून मी जी युक्ती केली होती, त्याला कोल्टन फसला तर नाहीच; उलट स्वर्गात अंधार का पडत नाही हे तो मला सांगू शकला. त्या नगरीत प्रकाशासाठी सूर्य किंवा चंद्राची आवश्यकता नाही. परमेश्वराचं तेजच त्याला प्रकाश देतं आणि ते कोकरू हा त्याचा दिवा आहे.

जीझस 'खरीखर' मुलांवर प्रेम करतो

२००३च्या शेवटच्या काही महिन्यांत आणि २००४ च्या सुरुवातीला कोल्टन काही ठरावीक गोष्टींवर लक्ष केंद्रित करत होता. तो मृत्यू आणि मरण पावणं याबद्दल अधिक गूढ बोलत होता– *खरोखरच गूढ;* म्हणजे त्याच्या वयाच्या मुलांच्या मानानं. तसंच स्वर्ग कसा दिसतो, याबद्दलही तो आणखी काही सांगत होता. हा तपशील थोडा-थोडा, तुकड्या-तुकड्यांनी त्याच्याकडून मिळत गेला. कधी रात्रीच्या जेवणाच्या वेळी, सोनया आणि माझ्याबरोबर कामानिमित्ताने केलेल्या छोट्या प्रवासाच्या वेळी, तर कधी रोजच्या गप्पागोष्टी करतानासुद्धा.

त्यानं स्वर्गाची दारं पाहिली होती. तो म्हणाला, "ती सोन्याची होती आणि त्यावर मोती लावलेले होते." ती स्वर्गीय नगरीच चकचकीत कशापासून तरी बनविलेली होती. "सोनं किंवा चांदीसारख्या वस्तूंपासून!" स्वर्गातील फुलं आणि झाडं सुंदर होती आणि तिथे सगळ्या प्रकारचे प्राणी होते.

कोल्टन त्याला समजलेलं इकडचं-तिकडचं काही नवीन सांगत होता, तरी त्याच्या बोलण्याचा विषय कायम एकच होता : जीझस मुलांवर किती प्रेम करतो याबद्दल तो सतत बोलत होता. मला म्हणायचंय की, *'एकसारखाच'* बोलत होता.

सकाळी उठल्याबरोबर तो मला म्हणायचा, "डॅड, जीझसनं मला तुम्हाला सांगायला सांगितलंय की, तो खरोखर मुलांवर प्रेम करतो."

रात्री अंथरुणावर जाण्यापूर्वी दात घासायला मी त्याला मदत करत असताना, "डॅडी, विसरू नका!" हे शब्द टूथपेस्टमुळे तयार झालेल्या फेसाने तोंड भरलेलं असताना त्यातूनच येत असत. "जीझस म्हणतो तो *'खरोखर, अगदी मनापासून'* मुलांवर प्रेम करतो."

सोनयालासुद्धा तोच अनुभव आला. तोपर्यंत सोनयानं अर्ध वेळ काम करायला

१०२ । स्वर्गाचा साक्षात्कार

सुरुवात केली होती. ज्या दिवशी ती घरी कोल्टनबरोबर असायची तेव्हा तो पूर्ण दिवस 'जीझस मुलांवर प्रेम करतो...' याविषयीच किलबिलाट करत असायचा. मी आणि सोनया आमच्या या छोट्या, नवीन उत्साही शुभवार्ता लेखकाला बायबलमधल्या गोष्टी रात्री वाचून दाखवत होतो. तरी ते जास्तच वाढत राहिलं. मग त्या गोष्टी जुन्या करारातल्या (ओल्ड टेस्टामेंट) असोत, नवीन करारातल्या (न्यू टेस्टामेंट) असोत किंवा मोशे, नोहा किंवा राजा शलमोनच्या असोत, कोल्टन रोज रात्री एकच संदेश द्यायचा : 'जीझस मुलांवर प्रेम करतो.'

शेवटी मला त्याला सांगावं लागलं, ''कोल्टन, आम्हाला ते कळलं. आता तू तेच बोलायचं थांबव. मी स्वर्गात गेलो की, तू निर्दोष ठरशील. कारण मी जीझसला सांगेन की, तू तुझं काम केलं होतंस.''

'जीझसचं मुलांवरचं प्रेम' या कोल्टनच्या सततच्या संदेशामुळे आम्ही थोडे कंटाळलो असलो, तरी त्यामुळे आमचा चर्चमधल्या मुलांच्या विभागाबद्दलचा दृष्टिकोन बदलला. रविवारी सकाळी सार्वजनिक प्रार्थनेच्या वेळी प्रार्थना करणाऱ्या समूहाबरोबर गाणं म्हणणं आणि पुन्हा खाली जाऊन मुलांची रविवारची शाळा चालवणं, या दोन्ही गोष्टींत सोनयाची ओढाताण होत होती. ज्यांची जीझस ख्राइस्टवर श्रद्धा असते, त्यांतले बरेचसे लोक लहानपणी असंच करतात, हे संख्याशास्त्रावरून तिला माहीत होतं. तरी कोल्टनचं 'ख्राइस्टचं मुलांवरचं प्रेम'याबद्दल सतत सांगण्यानं सोनयाला मुलांचा विभाग चालविण्याला उत्साह आला.

चर्चच्या सभासदांना मुलांच्या विभागात सेवा करण्यासाठी विचारणा करण्याइतका मीसुद्धा अधिक धीट झालो. गेली कित्येक वर्षं रविवारच्या शाळेत शिकविण्यासाठी माणसं मिळवायची धडपड करायला लागायची. लोक माझ्या तोंडावरच मागल्या वर्षी मी माझी पाळी केलीय किंवा माझं आता वय झालंय, असं सांगून हात झटकायचे.

आता पुन्हा त्याच तक्रारी ऐकल्यावर मी गोड शब्दांत लोकांना आठवण करून देऊ लागलो की, जीझस मुलांना अनमोल मानतो. जीझस मुलांवर प्रेम करतो म्हणजेच मोठ्यांनी मुलांसारखं निरागस व्हावं. आपणही जास्तीत जास्त वेळ मुलांवर माया करण्यात घालवावा.

त्या काळात कोल्टनला इंद्रधनुष्यानंसुद्धा झपाटून टाकलं होतं. त्याच्या भव्य, उदात्त, स्वर्गीय रंगांबद्दलच्या नेहमी बोलण्यानं मला आणि सोनयाला बायबलच्या नव्या करारातील शेवटच्या भागाची प्रकटीकरणाची (बुक ऑफ रिव्हीलेशन) पुन्हा आठवण झाली. त्यात जीझसच्या बारा अनुयायांपैकी एक योहान यानं विशेषतः परमेश्वराच्या सिंहासनाला वेढलेल्या इंद्रधनुष्याविषयी लिहिलंय. स्वर्ग म्हणजे झगमगणारी

जीझस 'खरोखर' मुलांवर प्रेम करतो । १०३

सोन्याची नगरी असं वर्णन केलंय.

> ‘ती भिंत लाल-पिवळ्या सूर्यकांतमण्यांनी बांधलेली होती. नगरी मात्र शुद्ध सोन्याची असून, एखाद्या काचेप्रमाणे स्वच्छ होती. नगरीच्या भिंतींचा पाया हरतऱ्हेच्या रत्नांनी सजवला होता. सुरुवातीला सूर्यकांतमणी नंतर तेजस्वी इंद्रनील मणी लावले होते. तिसऱ्या ठिकाणी गोमेद, चौथ्या ठिकाणी हिरवे पाचू, पाचव्या ठिकाणी काळ्या रंगाचे गोमेद, सहाव्या ठिकाणी गुलाबी रंगाचे खडे, सातव्या ठिकाणी सोनेरी पिवळ्या रंगाचे खडे, आठव्या ठिकाणी पाचूसारखी रत्ने, नवव्या ठिकाणी पिवळे पुष्कराज, दहाव्या ठिकाणी सौम्य हिरव्या रंगाचे मौल्यवान खडे, अकराव्या ठिकाणी लालसर केशरी खडे, तर बाराव्या ठिकाणी जांभळ्या रंगाचे याकूत खडे.’

त्यातील काही मौल्यवान रत्नांचे रंग आपल्याला परिचयाचे आहेत : गर्द जांभळा याकूतचा, चमकदार हिरवा पाचूचा, पारदर्शक पिवळा पुष्कराजचा, उठावदार असा काळ्या गोमेदचा. ऑलिव्ह फळासारखा खड्याचा रंग, पारदर्शक लाल खड्याचा रंग आपल्याला फारसे माहीत नाहीत. पाचूसारखे एक रत्न – मरकत – फिकट गुलाबीपासून गर्द हिरवा ते समुद्राच्या पाण्यासारखा निळा अशा विविध रंगांचे असते.

योहानचं हे अपरिचित मौल्यवान रत्नांचं वर्णन इतकं अनोखं आणि विलक्षण आहे की, तो कोणत्या रंगाविषयी सांगतोय, हे कळण्यासाठी आधी ते खडे पाहिले पाहिजेत. गाढे तत्त्वज्ञानी ते नेमकं सांगू शकतील. परंतु एखाद्या लहान मुलानं ते रंग पाहिले तर तो ते सगळे रंग एका साध्या शब्दांत सांगेल : तो म्हणजे इंद्रधनुष्य!

२००४च्या वसंतऋतूत आम्ही पाहिलेलं सर्वांत तेजस्वी असं इंद्रधनुष्य! इम्पीरिअलवर पडलं, तेव्हा आम्ही कोल्टनला ते बघायला बाहेर बोलावलं.

सोनयानं ते प्रथम पाहिलं, त्या वेळी तिला दिवस गेले असून, फक्त काही आठवडे झाले होते. आता ते नक्कीच आमचं ‘चौथं’ बाळ होतं, असं आम्ही मानत होतो. तो अगदी स्वच्छ सूर्यप्रकाश असलेला उबदार दिवस होता. ताजी हवा आत येण्यासाठी पुढचं दार उघडायला सोनया गेली होती. “ए, तुम्ही सगळे जण हे बघायला या!” तिनं हाक मारली.

स्वयंपाकघरातून मी डायनिंग रूममधून पुढच्या दारात आलो. इंद्रधनुष्य बघून चकित झालो. ते इंद्रधनुष्य इतकं तेजस्वी आणि स्पष्ट होतं की, एखाद्या चित्रकारानं रंगवलेलं ‘परिपूर्ण इंद्रधनुष्या’चं चित्र असावं, असं वाटत होतं किंवा एखाद्या लहान मुलानं नवीन पेटीतील रंगीत खडूंनी त्याच्या सायन्सच्या धड्यातील उदाहरण म्हणून

काढलेलं चित्र असावं, तसं ते दिसत होतं : सप्तरंग – ता ना पि हि नि पा जा – त्यातील प्रत्येक रंग पुढच्या रंगापासून वेगळा दिसत होता आणि ती संपूर्ण कमान निळ्या आकाशाच्या पार्श्वभूमीवर झळाळत होती.

''पाऊस पडलेला मला कळला नाही की काय?'' मी सोनयाला विचारलं.

ती हसली. ''छे, मला नाही वाटत पाऊस पडला म्हणून.''

कोल्टन खाली खेळायच्या खोलीत होता. ''ए, कोल्टन,'' मी हाक मारली, ''इकडे ये आणि हे बघ काय ते.''

तो खेळायच्या खोलीतून पुढच्या दारात आमच्याजवळ आला.

''कोल्टन, ते इंद्रधनुष्य बघ!'' सोनया म्हणाली. ''त्याच्या टोकाला नक्कीच एक सोनं भरलेलं भांडं असेल.''

कोल्टननं त्याच्याकडे एक दृष्टिक्षेप टाकला. आकाशातून ओतणाऱ्या रंगांकडे त्यानं बारीक नजरेनं पाहिलं.

''हं!'' उत्सुकता न दाखवता तो मंद हसत म्हणाला. ''मी काल त्यासाठी प्रार्थना केली होती.''

नंतर तो वळला आणि पुन्हा खेळायला निघून गेला.

सोनया आणि मी *आता हे काय घडलं* अशा अर्थानं एकमेकांकडे पाहिलं. नंतर केवळ श्रद्धेच्या आधारावर एखाद्या मुलानं केलेल्या प्रार्थनांबद्दल आम्ही पुन्हा बोललो. ''मागा आणि तुम्हाला ते दिलं जाईल,'' जीझस म्हणाला होता. त्यानं ती सूचना आपल्या वडिलांकडे आशीर्वाद मागणाऱ्या मुलाच्या संदर्भात प्रत्यक्षात आणली.

''मुलाने ब्रेड मागितला असता तुमच्यापैकी कोणी त्याला दगड देईल का?'' असा प्रश्न जीझसनं त्याची शिकवण ऐकण्यासाठी प्रचंड संख्येनं गॅलिलीच्या टेकड्यांवर जमलेल्या लोकांना विचारला. ''किंवा त्यानं मासा मागितला तर त्याला साप देईल का? तुम्ही दुष्ट असलात, तरी तुम्हाला आपल्या मुलांना चांगल्या भेटवस्तू द्यायचं कळतं; मग तुम्ही मागितल्यावर तुमचा आकाशातला 'पिता' तुम्हाला किती अधिक चांगलं बक्षीस देईल!''

कोल्टन बर्पोनं काही काळ तरी इंद्रधनुष्य पाहिलं नव्हतं. म्हणून त्यानं त्याच्या 'आकाशातल्या पित्याला' ते पाठवायला सांगितलं. लहान मुलाची निरागस श्रद्धा! सोनयाला आणि मला वाटलं की, आम्हाला आमच्या मुलाकडून पुष्कळ शिकायचं आहे.

जीझस 'खरोखर' मुलांवर प्रेम करतो । १०५

मृत्यू आणि जीवन

कोल्टन हॉस्पिटलमध्ये असल्यानं २००४मधील वसंतऋतू वेगळा ठरला. त्या वर्षी 'गुड फ्रायडे' एप्रिलमध्ये आला. आणखी एका महिन्यानं कोल्टन पाच वर्षांचा होणार. मला नेहमीच 'गुड फ्रायडे'चा आनंद मिळायचा. कारण ज्याला मी नाव ठेवलं होतं, 'परिवार संमेलन' ते त्या दिवशी माझ्या हातून पार पडायचं. त्या वेळी मी चर्चमध्ये दोन तास थांबत असे. वेगवेगळे परिवार यायचे आणि एकत्र सहभोजन घ्यायचे. हे सर्व मला दोन कारणांसाठी आवडायचं. एक म्हणजे चर्चशी निगडित असलेल्या कुटुंबांना या पवित्र आठवड्यात एकत्रितपणे वेळ घालविण्याची संधी मिळायची. त्याचप्रमाणे मलाही प्रत्येक कुटुंबाला त्यांच्या प्रार्थनेच्या गरजांविषयी विचारता यायचं. त्या संपूर्ण कुटुंबाबरोबर तिथेच प्रार्थना करता यायची.

त्या सकाळी मला आणखी काही कामं करायची होती, म्हणून मी कॅसी आणि कोल्टनला माझ्या लाल चेव्ही ट्रकमध्ये घातलं आणि गावात थोडं अंतर गेलो. अजून लहान असल्यानं कोल्टनला वर सरकवता येणाऱ्या सीटची आवश्यकता असल्यानं तो माझ्याजवळ बसला होता. कॅसी खिडकीजवळ बसली होती. मी गावातील मुख्य रस्त्याला लागलो तेव्हा मी परिवार संमेलनाच्या जबाबदारीचा विचार करत होतो. नंतर लक्षात आलं की, आज धार्मिक सुट्टी आहे आणि आयते कैद केलेले श्रोते तिथेच ट्रकमध्ये आहेत.

"कोल्टन, आज 'गुड फ्रायडे' आहे,'' मी बोलू लागलो, "गुड फ्रायडे म्हणजे काय ते तुला माहीत आहे का?''

कॅसी पटकन सीटवरच खाली-वर उड्या मारू लागली आणि उत्सुक विद्यार्थ्याप्रमाणे हवेत हात हलवायला लागली. "हो. मला माहीत आहे! माहीत आहे!''

"मला नाही माहीत,'' कोल्टन म्हणाला.

१०६ । स्वर्गाचा साक्षात्कार

मी कॅसीकडे नजर टाकली. ''बरं, गुड फ्रायडे म्हणजे काय?''

''त्या दिवशी जीझस क्रुसावर मृत्यू पावला.''

''बरोबर आहे तुझं, कॅसी! जीझस क्रॉसवर का मरण पावला, ते तुला माहीत आहे?''

ते विचारल्यावर कॅसीनं उड्या मारणं थांबवलं आणि ती विचार करायला लागली. तिनं काहीच उत्तर दिलं नाही म्हणून मी म्हणालो, ''कोल्टन, तुला माहीत आहे, जीझस क्रॉसवर का मरण पावला ते?''

त्यानं होकारार्थी मान हलविली. त्यामुळे मला थोडं आश्चर्य वाटलं.

''का बरं?''

''जीझसनं मला सांगितलं, तो क्रुसावर मृत्यू पावला कारण पृथ्वीवरच्या लोकांनी त्याच्या डॅडचं दर्शन घ्यावं म्हणून.''

रोमन कॅथलिक विद्यालयाच्या सर्व पदव्या बाजूला सारत, गगनचुंबी इमारतींच्या उंचीचे होतील एवढ्या तत्त्वज्ञानातील प्रबंधांवर प्रहार करत आणि 'आराधना' (प्रॉमिसिएशन) व 'खिस्तामार्फत पापविमोचन' (सॉटेरिऑलॉजी) अशा तत्त्वज्ञानातील काल्पनिक शब्दांतून बाहेर पडून, लहान मुलाला कळेल अशा शब्दांत सांगणारा, कोल्टनला मांडीवर घेतलेला जीझस मी माझ्या मनाच्या आरशात पाहिला. तो म्हणत होता : ''पृथ्वीवरच्या लोकांनी माझ्या डॅडचं दर्शन घ्यावं म्हणून मला क्रॉसवर मरावं लागलं.''

कोल्टननं माझ्या प्रश्नाला दिलेलं उत्तर म्हणजे मी आतापर्यंत ऐकलेली खिस्ताच्या शिकवणुकीची (गॉस्पेल) अत्यंत साधी आणि गोड अशी घोषणा होती. मी पुन्हा मोठ्या माणसाची श्रद्धा आणि लहान मुलासारखी श्रद्धा यांतील भिन्नतेचा विचार करू लागलो.

गावातील मुख्य रस्त्यावरून जाताना मी ठरवलं की मला कोल्टनची पद्धत अधिक आवडली. मी न बोलता तसाच पुढे जात राहिलो. नंतर मी त्याच्याकडे वळून हसलो आणि म्हणालो, ''तुला रविवारी प्रवचन द्यायचंय?''

नंतर त्याच महिन्यात कोल्टननं पुन्हा मला पेचात टाकलं. या वेळी त्यात 'जीवन की मृत्यू' या विषयाचा समावेश होता.

सोनया आणि माझा एक सिद्धान्त आहे : मूल चालायला लागल्यापासून ते पहिल्या इयत्तेत जाईपर्यंत आपल्या मुलांचं संरक्षण करणं हे पालकांचं मुख्य काम असतं. जेवणाचा काटा लाईटच्या सॉकिटमध्ये (खोबणीत) घालायचा नाही, अंघोळीच्या टबमध्ये ड्रायर मशिन चालवायचं नाही, मायक्रोवेव्हमध्ये सोड्याचे कॅन ठेवायचे

मृत्यू आणि जीवन । १०७

नाहीत, इत्यादी. आम्ही कॅसीच्या बाबतीत चांगली काळजी घेतली होती. आता ती सात वर्षांची होती आणि ती स्वतःला किंवा इतर कोणालाही संकटात टाकत नव्हती. कोल्टनची मात्र गोष्टच वेगळी होती.

तो बऱ्याचशा गोष्टींत चलाख असला तरी एका गोष्टीचं त्याला अजिबात आकलन होत नव्हतं : मानवी शरीर जर चालणाऱ्या गाडीला आपटलं, तर वाईट गोष्टी घडतात.

तो बालवाडीत जायच्या वयाचा होता तरी अजून छोटा, नीटस असा मुलगा होता. ते त्यानं त्याच्या वडिलांकडून घेतलं होतं, असं म्हणायची एक छान पद्धत आहे. तो त्याच्या वयापेक्षाही लहान दिसत होता. तसा तो आगीचा गोळा होता कारण दुकानातून बाहेर पडलं की, क्षणात तो गाडीत बसण्यासाठी धावत सुटे. इतर ड्रायव्हरना तो दिसणार नाही आणि ते त्याला धडक देतील, असं वाटून आम्ही घाबरत होतो. बहुधा आठवड्यातून एकदा-दोनदा तरी त्याला ताब्यात ठेवण्यासाठी आम्हाला त्याला हिसका देऊन ओढायला लागायचं किंवा त्याला ओरडायला लागायचं. **'कोल्टन! थांब जरा!'** नंतर त्याला रागवावं लागायचं : *'तू आमच्यासाठी थांबायलाच पाहिजेस. तू ममी किंवा डॅडीचा हात धरायलाच पाहिजेस.'*

एप्रिलमध्ये एके दिवशी कोल्टन आणि मी 'स्वीडन क्रीम'ला काही हलकंफुलकं खाणं खाण्यासाठी थांबलो होतो. 'स्वीडन क्रीम' हा एका कुटुंबाच्या मालकीचा हमरस्त्याच्या चौकातला स्नॅक बार. फास्ट फूड चेन ही आमच्यासारख्या अतिशय लहान गावात नसल्याने 'स्वीडन क्रीम' हा त्याला लहान गावातला पर्याय होता. नेब्रास्कामधल्या प्रत्येक लहान गावात यांपैकी एक काहीतरी असायचंच. मॅककुकला 'मॅक्स' आहे; बेंकेलमनला 'डब्ज' आहे; होलयोक गावात 'डेअरी किंग' आहे. आणि त्या सगळ्या ठिकाणी एकसारखे पदार्थ मिळतात : हॅम्बर्गर बास्केट, चिकन फिंगर्स आणि सॉफ्ट सर्व्ह आइस्क्रीम.

मी त्या दिवशी कोल्टन आणि माझ्यासाठी एक एक व्हॅनिला कोन विकत घेतला. आम्ही चालत दाराबाहेर आल्यावर कोल्टननं आपलं आइस्क्रीम घेतलं आणि हमरस्त्यापासून पंचवीस फुटांवर असलेल्या पार्किंगकडे धावत सुटला.

माझ्या पोटात धस्स झालं आणि मी ओरडलो, **''कोल्टन, थांब!''**

तो लगेच थांबला. मी धावत त्याच्याजवळ गेलो. नक्कीच माझा चेहरा लालबुंद झाला असणार.

''*बाळा, तू असं करू नकोस,*'' मी म्हणालो, ''किती वेळा आम्ही तुला हे सांगितलंय?''

त्याच वेळी मी हमरस्त्याच्या मध्यावर एक केसाळ कातड्याचा गोळा बघितला.

१०८ । स्वर्गाचा साक्षात्कार

हा क्षण शिकवायला योग्य आहे असं वाटून मी तिकडे बोट दाखवून म्हटलं, ''ते बघितलंस?''

कोल्टननं आपला कोन चाटला आणि बोट दाखवलं तिकडे बघितलं.

''तो ससा होता. रस्ता ओलांडायचा प्रयत्न करत होता, पण ओलांडू शकला नाही,'' मी म्हणालो, ''तू धावलास आणि गाडीनं तुला पाहिलं नाही, तर असं होऊ शकतं. तुला केवळ जखमच होईल असं नव्हे, तर मरणसुद्धा येऊ शकतं!''

कोल्टननं माझ्याकडे पाहिलं आणि कोनवरून बघत हसला. ''वा! छान!'' तो उद्गारला. ''म्हणजे पुन्हा मला स्वर्गात जायला मिळेल.''

मी माझी मान खाली घालून वैतागून हलविली. ज्या मुलाला मृत्यूचीही भीती नाही, त्याच्या मनात भीतीची भावना कशी उत्पन्न करणार?

शेवटी मी एका गुडघ्यावर बसलो आणि माझ्या या लहानशा मुलाकडे पाहिलं. ''तू एक महत्त्वाची गोष्ट विसरतोस,'' मी म्हणालो, ''या वेळी मी प्रथम स्वर्गात जाईन. मी तुझा डॅड आहे. तू लहान बाळ आहेस. आई-वडील आधी स्वर्गात जातात.''

‘पहिली व्यक्ती तुला दिसेल ती...’

बराचसा उन्हाळा कोल्टनकडून काही नवीन साक्षात्कार न घडताच गेला. सुट्टीत आम्ही त्याच्याबरोबर ‘जीझस कसा दिसतो?’ असा खेळ मात्र नक्कीच खेळलो. कोल्टननं आम्ही बघितलेल्या प्रत्येक चित्राला नकारार्थी उत्तर दिलं. आम्ही अशा क्षणापर्यंत आलो की, ‘हे चित्र बरोबर आहे का?’ असं त्याला विचारण्याऐवजी सोनया आणि मी त्याला विचारू लागलो ‘‘या चित्रात काय चूक आहे?’’

ऑगस्ट महिना आला आणि त्याचबरोबर इम्पीरिअलच्या प्रतिष्ठेचा आणि प्रसिद्ध ‘चेस काउन्टी फेअर’ हा वार्षिक मेळावा जवळ आला. राज्यपातळीवरच्या फेअरमध्ये पश्चिम नेब्रास्कामध्ये आमचाच सर्वांत मोठा फेअर आहे. इम्पीरिअल आणि कित्येक मैल भोवतीच्या गावांत ही वर्षातील महत्त्वाची घटना आहे. ऑगस्टच्या शेवटच्या पूर्ण आठवड्यात इम्पीरिअलची लोकसंख्या दोन हजारांची जवळजवळ पंधरा हजार होते. व्यापारी आपल्या व्यवसायाची वेळ बदलतात (किंवा पूर्ण बंद ठेवतात.) बँकासुद्धा दुपारी बंद होतात. त्यामुळे गावातील सगळी माणसं संगीत मैफलींना (रॉक संगीत शुक्रवारी रात्री, ग्रामीण संगीत शनिवारी रात्री) हजर राहू शकतात. विक्रेत्यांची दुकानं, पाळण्याचं चक्र आणि जत्रेच्या मध्यभागी असलेल्या रोषणाईचा आनंद घेऊ शकतात.

प्रत्येक वर्षी आम्ही त्या जत्रेतील देखावे, आवाज आणि वेगवेगळे वास यांची अगदी वाट पाहत असतो : उकडलेली कणसं, बार्बेक्यू, आणि ‘इंडियन टॅको’ (चिकन, कांदा, चीज, बीन्स यांचं सॉसबरोबर मिश्रण करून सपाट ब्रेडवर त्याचा ढीग पसरतात.). ग्रामीण संगीत हवेत तरंगत असतं. गावातून कुठूनही दिसणारं ‘फेरीज व्हील’ – पाळणे असलेलं जत्रेतील फिरतं चक्र या सगळ्यात वर उठून दिसतं.

ही जत्रा म्हणजे मध्य पश्चिमेतील खासीयत आहे. त्यात पाळीव जनावरांचा–

चार 'एच'ची स्पर्धा होऊन निकाल दिला जातो. त्यात बेस्ट बैल (बुल), बेस्ट घोडा (हॉर्स), बेस्ट डुक्कर (हॉग) अशा तऱ्हेच्या स्पर्धा होतात. त्यात मुलांचा सर्वांत आवडता खेळ 'मटन बस्टीन' हा असतो. तुम्ही कदाचित 'मटन बस्टीन' म्हणजे काय ते ऐकलं नसेल. या खेळात एका मेंढीवर लहान मुलाला बसवलं जातं. त्यानं किंवा तिनं त्याच्यावर स्वार होऊन न पडता शक्य तेवढं अंतर पळायचं. पाच ते सात वर्षे वयापर्यंतच्या प्रत्येक ग्रुपला प्रचंड मोठी ट्रॉफी असते. पहिल्या नंबरची ट्रॉफी त्या लहानशा स्पर्धकापेक्षा बहुतेक वेळा उंच असते.

या जत्रेला नक्कीच एक ग्रामीण, लहान गावाचा असा गंध आहे. एका लेमोनेड विक्रेत्यानं एक अतिरेकी मार्ग चोखाळला. एका वर्षी त्या महाभागानं ठरवलं की, त्याचं मधुर रुचकर असं पेय हूटर बारमधल्या पद्धतीप्रमाणे विकलं जाईल. एक-दोन रात्रींनंतर त्याच्या बूथवर अतिशय कमी कपडे घातलेल्या मुलींची टीम विक्रीला आहे, अशी तक्रार खूप जणांनी केली. शेवटी दोन संबंधित नागरिकांनी लेमोनेड विकणाऱ्या मुलींनी आणखी कपडे घालणं आवश्यक आहे, असं बजावलं आणि तसं करायला लावलं. अर्थात पहिल्या दोन रात्री त्याच्या गाळ्यावर लांबलचक रांग लागली होती!

ऑगस्ट, २००४मध्ये सोनयाने आणि मी फेअरला भेट देणाऱ्या गावाबाहेरील लोकांना कुतूहल वाटावं, यासाठी आमच्या 'गॅरेज डोअर बिझिनेस'चा नावापुरता गाळा हमरस्त्यावर उभारला होता. नेहमीप्रमाणेच मला हा व्यवसाय आणि आमच्या चर्चशी संबंधित लोकांची काळजी घेण्याचं कर्तव्य यासाठीच्या वेळेचा समतोल राखायची कसरत करावी लागायची. त्या जत्रेच्या दिवसात एका उबदार संध्याकाळी आम्ही चौघे– सोनया, मी आणि आमची दोन मुलं – आमच्या गाळ्यावर काम करत होतो. पत्रकं वाटत होतो आणि पुढे अपेक्षित गिऱ्हाइकांशी चर्चा करत होतो. परंतु मला तिथून जरा बाहेर जाऊन इम्पीरिअल मॅनॉर नर्सिंग होममधील हॅरॉल्ड ग्रीर नावाच्या माणसाला भेटणं आवश्यक होतं.

त्या वेळी हॅरॉल्डची मुलगी ग्लोरिया मार्शल चर्चच्या प्रार्थनाटीममध्ये की-बोर्ड वाजवायची व तिचा नवरा डॅनियल माझा मदतनीस धर्मोपदेशक आणि उपासनाप्रमुख असं काम करायचा. हॅरॉल्डनं स्वतःचं बरचसं आयुष्य चर्चचा अधिकारी म्हणून घालवलं होतं. तो आता ऐंशीच्या जवळपास होता आणि मृत्युपंथाला लागला होता. तो शेवटच्या घटका मोजत होता, हे मला माहीत होतं. म्हणून डॅनियल व ग्लोरिया यांना आधार देण्यासाठी आणि हॅरॉल्डबरोबर किमान एक वेळ प्रार्थना करण्यासाठी मला त्याला आणखी एक भेट देणं आवश्यक होतं.

तुम्ही धर्मोपदेशक असा, अग्निशामक दलाचा स्वयंसेवक; कुस्तीचा मार्गदर्शक किंवा एखाद्या व्यवसायाचे मालक असा, जादूगार ज्याप्रमाणे हातचलाखी करून

'पहिली व्यक्ती तुला दिसेल ती...' । १११

हातातल्या टाचण्या खाली पाडत नाही, त्याचप्रमाणे तुम्ही मुलांनाही कुठेही व्यवस्थितपणे, नीट न्यायला शिकता. सोनया ही धर्मोपदेशकाची पत्नी असल्याने पूर्ण वेळ काम करत होतीच. त्यात ती आई, शिक्षक, लायब्ररीच्या कामात स्वयंसेवक आणि कौटुंबिक व्यवसायाची सचिव म्हणून काम करत होती. बरीच वर्षं आम्ही सवय लावून घेतली होती की, आम्ही 'औपचारिक कामांना' जात नसलो, तर एखादं मूल – तो किंवा ती– बरोबर न्यायचं. म्हणून जत्रेतल्या त्या संध्याकाळी मी सात महिन्यांची गरोदर सोनया आणि कॅसी यांच्या ताब्यात आमचा विक्रीचा गाळा दिला, कोल्टनला माझ्या ट्रकच्या कारसीटला पट्ट्यानं बांधलं आणि नर्सिंग होमच्या दिशेनं निघालो.

आम्ही जत्रेच्या मैदानाजवळून जाताना पाळण्याचं फिरणारं चक्र मागे टाकलं तेव्हा कोल्टन खिडकीतून बाहेर बघत होता. ''आपण ग्लोरियाचे डॅड हॅरॉल्ड यांना भेटायला नर्सिंग होममध्ये चाललो आहोत,'' मी म्हणालो. ''त्यांची तब्येत ठीक नाहीये आणि ते फार काळ जगतील, असं वाटत नाहीये. हॅरॉल्डनं पुष्कळ वर्षं आपलं आयुष्य जीझसला वाहिलं आणि आता तो स्वर्गात जाण्याची तयारी करतोय.''

कोल्टननं खिडकीतून नजर काढली नाही. ''ठीक आहे, डॅडी!''

नर्सिंग होम म्हणजे अस्ताव्यस्त पसरलेली एकमजली इमारत होती. त्यात एक प्रचंड जेवणाची खोली होती आणि पुढचा हॉल त्यापासून थोड्या अंतरावर होता. त्यातून बाहेरील लोक आत येत. त्या हॉलमध्ये पक्ष्यांचा एक मोठा पिंजरा होता. त्यात असलेले फिंच पक्षी भुर्रकन उडत व चिवचिवाट करत.

मी हॅरॉल्डच्या खोलीत डोकावलो, तेव्हा डॅनियल व ग्लोरियाबरोबर कुटुंबातील इतर तीन-चार सभासदांना पाहिलं. त्यातील एक जोडी म्हणजे हॅरॉल्डच्या दुसऱ्या दोन मुली होत्या, हे मला माहीत होतं.

डॅनियल उभा राहिला. ''ये, पॅस्टर टॉड'' असं बोलत त्यानं हस्तांदोलनासाठी हात पुढे केला, तरी मी त्याला आलिंगन दिलं. ग्लोरिया उभी राहिली आणि मी तिलाही आलिंगन दिलं. त्या कुटुंबानं कोल्टनचं स्वागत केलं. कोल्टन माझा हात धरून शांतपणे 'हॅलो' म्हणत होता.

मी हॅरॉल्डच्या बिछान्याजवळ गेलो. तो हालचाल न करता पडून होता. खूप वेळ थांबत मधूनच तो दीर्घ श्वास घेत होता. आयुष्याच्या शेवटच्या काळात अशा अवस्थेतील स्त्री-पुरुषांना मी अनेक वेळा पाहिलं आहे. आयुष्याच्या शेवटच्या घटकेला ते कधी भानावर असतात, नसतात आणि जागे असलेच, तर कधी स्पष्ट तर कधी अस्पष्ट बोलतात.

मी ग्लोरियाकडे वळलो. ''तुझे डॅड कसे आहेत?'' मी विचारलं.

''ते कसेबसे तग धरून आहेत, पण जास्त वेळ जगतील असं वाटत नाही,''

११२ । स्वर्गाचा साक्षात्कार

ती निर्भयपणे म्हणाली खरी; पण तिची हनुवटी बोलताना थरथरत होती. त्याच वेळी अंगावर पातळ पांघरूण घातलेला हॅरॉल्ड किंचित कण्हला आणि हालचाल करायला लागला. ग्लोरियाच्या बहिणींपैकी एक उठली आणि बिछान्यापर्यंत जाऊन काही दिलासा देणारे शब्द बोलून परत आपल्या खिडकीजवळच्या जागेवर येऊन बसली.

मी हॅरॉल्डच्या डोक्याशी जाऊन उभा राहिलो. माझ्या मागोमाग कोल्टन एका लहानशा सावलीप्रमाणे वावरत होता. कृश झालेला हॅरॉल्ड उताणा झोपला होता. त्याचे डोळे अर्धवट उघडे होते आणि ओठ थोडे विलग झाले होते. तो तोंडाने श्वास घेत धरून ठेवत होता. श्वास सोडण्यापूर्वी त्यातील ऑक्सिजनचा कण न् कण तो पिळून घेतोय, असं वाटत होतं. मी खाली पाहिलं, तर कोल्टन हॅरॉल्डकडे वाकून पाहत होता. त्याची नजर शांत असून चेहऱ्यावर आश्वासक भाव होता. मी माझा हात त्या वयस्कर चर्च अधिकाऱ्याच्या खांद्यावर ठेवला, डोळे मिटले आणि मोठ्यानं प्रार्थना म्हणायला सुरुवात केली. परमेश्वराला हॅरॉल्डनं खूप काळ केलेल्या सेवेची आठवण करून दिली. परमेश्वराकडे विनवणी केली की, देवदूत त्याचा शेवटचा प्रवास लवकर आणि सुखकर करोत. तसेच परमेश्वर त्याच्या या सेवकाचं मोठ्या आनंदानं स्वागत करो. माझी प्रार्थना संपवून मी हॅरॉल्डच्या कुटुंबाकडे वळलो. कोल्टन माझ्याबरोबर परत खोली ओलांडायला लागलाही, मग एकदम गर्रकन वळून पुन्हा हॅरॉल्डच्या बिछान्याकडे गेला.

आम्ही बघतच राहिलो. कोल्टन तिथे गेला आणि त्यानं हॅरॉल्डचा हात पकडला. हा क्षण जाहिरातीतील इ. एफ. हटन जसा सर्वांचं लक्ष वेधून घ्यायचा तसा होता.

प्रत्येक जण लक्षपूर्वक बघत होता, ऐकत होता. कोल्टननं आवेगानं हॅरॉल्डच्या चेहऱ्याकडे पाहिलं आणि तो म्हणाला, ''सगळं ठीक होईल. तू पहिली व्यक्ती पाहशील ती जीझस असेल.''

खरं सांगायचं तर त्याचा आवाज इतका सच्चा आणि सहज होता की, तो जणू काही गावातील अग्निशामक स्टेशनचं वर्णन करत होता. डॅनियल आणि ग्लोरिया यांनी एकमेकांकडे पाहिलं आणि मला एका वास्तवाची जाणीव झाली. आतापर्यंत मी कोल्टनचं स्वर्गाबद्दल बोलणं ऐकलं होतं; पण आता तो दूत झाला होता. स्वर्गाकडे जाणाऱ्या प्रवाशाच्या सफरीचा छोटासा मार्गदर्शक!

'पहिली व्यक्ती तुला दिसेल ती...' । ११३

स्वर्गात कुणीही म्हातारं नाही!

१९७५मध्ये जेव्हा पॉप गेले, तेव्हा दोन गोष्टी मला वारशानं मिळाल्या. मी आणि पॉप जोडीनं लहानशा .२२ रायफलनं अमेरिकेतील गवताळ प्रदेशात राहणारे कुत्रे आणि ससे यांची शिकार करत होतो. ती रायफल मिळाल्याचा मला अभिमान वाटतो. पॉपचा बोलिंग बॉल (पृष्ठभागावर तीन भोकं असलेला बॉल) आणि एक जुनं डेस्कही मला मिळालं. ते डेस्क माझ्या आजोबांकडे आईला आठवतंय तेव्हापासून होतं, मेपल आणि चेरीफळाच्या मधल्या रंगच्छटेचं. पण ते डेस्क अगदी मजेशीर होतं. एक म्हणजे त्या धिप्पाड माणसाच्या मानानं ते अगदी लहान होतं. दुसरं म्हणजे डेस्कच्या खालच्या ज्या भागात तुम्ही खुर्ची सरकवून ठेवता, तो भाग इतर सर्वसामान्य डेस्कसारखा सरळ नसून, अर्धगोलाकार असा तुमच्याभोवती येत असे. पौगंडावस्थेत मी सुतारशाळेत जास्त रेंगाळत होतो, त्या वेळी माझ्या आई-वडिलांच्या गॅरेजमध्ये बसून पॉपच्या डेस्कवर वारंवार हात फिरवीत होतो. नंतर मी ते माझ्या खोलीत ठेवलं होतं. समाजातील खरोखरच श्रेष्ठ माणसाची ती हृद्य आणि गोड आठवण होती.

मी ते डेस्क वापरायला सुरुवात केल्यापासून पॉपचा एक फोटो डाव्या ड्रॉवरमध्ये ठेवला होता. त्यांच्या आठवणींना उजाळा देण्यासाठी मी तो वारंवार बाहेर काढत असे. तो माझ्या पॉपचा– आजोबांचा– घेतलेला शेवटचा फोटो होता. त्यात दिसत असलेले पॉप एकसष्ट वर्षांचे, पांढरे केस व चश्मा लावलेले होते. सोनया आणि माझं लग्न झाल्यावर ते डेस्क आणि तो फोटो आमच्या घराचा भागच बनला.

पॉप स्वर्गात भेटल्याचं कोल्टन बोलू लागला तेव्हा माझ्या लक्षात आलं की, जीझस कसा दिसतो, याबद्दल त्यानं ठरावीक शारीरिक खुणा अगदी तपशीलवार सांगितल्या होत्या. त्यानं आपल्या न जन्मलेल्या बहिणीचं वर्णनसुद्धा 'काळे केस असलेली, कॅसीपेक्षा लहान' असं केलं होतं. पण मी जेव्हा 'पॉप कसे दिसतात?'

११४ । स्वर्गाचा साक्षात्कार

असं विचारलं, तेव्हा तो मुख्यतः त्यांच्या कपड्यांविषयी किंवा पंखांच्या आकाराविषयी बोलत असे. जेव्हा मी त्यांच्या नाक, डोळे अशा चेहऱ्यावरील अवयवांविषयी विचारलं, तेव्हा तो जरा संदिग्ध बोलला. मी कबूल करतो की, मला त्यामुळे एक प्रकारची रुखरुख लागली होती.

बेंकेलमनला जाऊन आल्यावर थोड्याच दिवसांनी मी एकदा कोल्टनला तळघरात बोलावलं आणि माझा जणू खजिनाच असलेला पॉपचा फोटो ड्रॉवरमधून काढला. ''पॉप मला असे आठवतात,'' मी म्हणालो. कोल्टनने फ्रेम घेतली आणि दोन हातांत धरून फोटोचं मिनिटभर निरीक्षण केलं. पॉपना ओळखून त्याचा चेहरा उजळेल यासाठी मी थांबलो; पण तसं झालं नाही. उलट त्याच्या दोन भुवयांमध्ये पुसट आठी उमटली आणि त्याने 'नाही' अशी मान हलविली. ''डॅड, स्वर्गात कोणी म्हातारं नसतं,'' कोल्टन म्हणाला, ''आणि कोणीही चश्मा वापरत नाही.''

नंतर तो वळला आणि पायऱ्या चढू लागला.

स्वर्गात कुणी म्हातारं नसतं...

मी त्याच्या बोलण्याचा विचार करू लागलो. काही वेळानं माझ्या मॉमला युलिसिसला फोन लावला, ''मॉम, पॉप तरुण असतानाचे तुझ्याकडे काही फोटो आहेत?''

''नक्कीच आहेत,'' ती म्हणाली, ''पण मला ते खाली शोधायला पाहिजेत. तुझ्यासाठी मी ते पोस्टाने पाठवू का?''

''नको. ते कुठेतरी हरवायला नकोत. त्यांची कॉपी कर आणि ती पोस्टानं पाठव.''

काही आठवडे उलटले. एक दिवस मेलबॉक्समध्ये मॉमनं पाठविलेलं पाकीट मिळालं. त्यात एका ब्लॅक अ‍ॅन्ड व्हाइट फोटोची झेरॉक्स होती. नंतर मला कळलं, की तो फोटो मागच्या बेडरूमच्या कपाटात एका पेटीत ठेवलेला मॉमला शोधून मिळवावा लागला. कॅसी अगदी लहान असल्यापासून म्हणजे कोल्टन जन्मायच्या आधी दोन वर्षं तरी ती पेटी सूर्यप्रकाशात आणली गेली नव्हती.

त्या फोटोत चार जण होते. मॉमनं फोटोबरोबर चिठ्ठी लिहून त्या फोटोत पॉपबरोबर कोण-कोण होतं, ते लिहिलं होतं. माझी आजी इलेन त्या फोटोत विशीची होती. आता ती ऐंशीच्या घरात असून अजून ती युलिसिसला राहते. हल्ली दोन महिन्यांपूर्वीच माझं कुटुंब तिला भेटलं होतं. त्या फोटोत माझी आई साधारण अठरा महिन्यांची छोटी मुलगी होती. माझा मामा बिल साधारण सहा वर्षांचा होता आणि त्यात पॉप होते – एकोणतीस वर्षांचा देखणा तरुण. हा फोटो १९४३मध्ये काढला होता.

पॉपची आठवण म्हणून ठेवलेल्या फोटोवरून कोल्टननं त्यांना ओळखलं नव्हतं याचा मला जरा त्रास झाला, हे मी अर्थात कोल्टनला सांगितलं नव्हतं.

स्वर्गात कुणीही म्हातारं नाही! । ११५

संध्याकाळी सोनया आणि मी पुढच्या हॉलमध्ये बसलो असता मी कोल्टनला वर बोलावलं. त्याला वर यायला थोडा वेळ लागला. तो आल्यावर मी मॉमनं पाठविलेली फोटोकॉपी बाहेर काढली.

"कोल्टन, इकडे ये आणि हे पाहा," मी म्हणालो. माझ्या हातात तो फोटो त्याला दिसावा असा मी धरला होता. "तुला काय वाटतं?"

त्यानं माझ्या हातातला फोटो घेतला, बघितला आणि नंतर पुन्हा माझ्याकडे दिला. त्याच्या डोळ्यांत आश्चर्य मावत नव्हतं. "मस्त!" तो आनंदानं म्हणाला, "तुम्हाला पॉपचा हा फोटो कसा मिळाला?"

सोनया आणि मी एकमेकांकडे चकित होऊन पाहिलं.

"कोल्टन, या फोटोतील इतर कोणाला तू ओळखतोस का?" मी म्हणालो.

त्यानं सावकाश मान हलविली, "नाही..."

मी पुढे वाकून माझ्या आजीकडे बोट दाखवलं. "ती कोण आहे, असं वाटतं तुला?"

"मला माहीत नाही."

"ती इलेन आजी आहे."

कोल्टनच्या डोळ्यात संशय दिसला. "ती काही इलेन आजीसारखी दिसत नाही."

मी सोनयाकडे बघितलं आणि गालातल्या गालांत हसलो.

"हो, ती पूर्वी तशीच दिसत होती."

"मी खेळायला जाऊ का?" कोल्टननं फोटो माझ्याकडे देत विचारलं.

तो खोलीतून गेल्यावर सोनया आणि मी कुतूहल वाटून त्याच्याविषयी बोललो. कोल्टन जन्माला येण्याआधी अर्ध्या शतकापेक्षा जास्त वर्षांपूर्वी काढलेल्या फोटोवरून त्यानं पॉपला क्षणार्धात ओळखलं. तो फोटो त्यानं आधी कधीही पाहिला नव्हता आणि केवळ दोन महिन्यांपूर्वी पाहिलेल्या आपल्या इलेन पणजीला– माझ्या आईच्या आईला– त्यानं ओळखलं नव्हतं.

आम्ही विचार केल्यावर लक्षात आलं की, ज्या पॉपबरोबर कोल्टननं वेळ व्यतीत केला, ते एकसष्ट वर्षांचे नसून त्यांच्या तारुण्याच्या कालखंडातले होते. यात चांगली-वाईट, दोनही वार्तांची रूपरेषा अशी : वाईट बातमी अशी की, स्वर्गात आपण पूर्वीसारखेच दिसणार आहोत आणि चांगली बातमी अशी की, आपण आहोत, त्यापेक्षा अधिक तरुण दिसणार आहोत!

'वरून' येणारी शक्ती

४ ऑक्टोबर, २००४ या दिवशी कोल्बी लॉरेन्स बर्पोने या जगात प्रवेश केला. जन्माला आला त्या क्षणापासून तो कोल्टनची कार्बन कॉपी वाटत होता. बाकी मुलांसारखंच परमेश्वरानं त्यालासुद्धा अद्वितीय बनवलं होतं. आमची कॅसी अगदी हळुवार मनाचं मूल होती. कोल्टन गंभीर होता आणि कोल्बी हा आमचा विदूषक होता. अगदी लहानपणापासून कोल्बीच्या वात्रटपणामुळे आमच्या घरात सारखी हास्याची कारंजी उसळू लागली.

पानगळीच्या ऋतूत एका संध्याकाळी सोनया बायबलमधील गोष्ट वाचून दाखविण्यासाठी कोल्टनबरोबर बसली होती.

ती कॉटच्या कडेला बसून कोल्टनला गोष्ट वाचून दाखवत होती. कोल्टन ब्लँकेटखाली पहुडला होता आणि त्याचं डोकं उशीवर विसावलं होतं. नंतर प्रार्थनेची वेळ झाली.

आमच्या आयुष्यातलं एक फार मोठं भाग्य आहे की, आई-वडील आपल्या मुलांची प्रार्थना ऐकतात. मुलं लहान असतात तेव्हा कोणतंही खोटं प्रदर्शन न करता प्रार्थना करतात. मोठी झाल्यावर कधीकधी एक भपका त्यांच्या प्रार्थनेत येतो. त्या प्रकारची दिखाऊ भाषा ही परमेश्वरापेक्षा ऐकणाऱ्या इतरांना आकर्षित करण्यासाठी असते. जेव्हा कोल्टन आणि कॅसी यांनी त्यांच्या वेदनेत, दुःखात मनापासून परमेश्वराला आळवलं तेव्हा असं दिसलं की, परमेश्वरानं त्यांना उत्तर दिलं.

पूर्वीपासूनच आम्ही मुलांना प्रार्थनेसाठी काही ठरावीक विषय देण्याची पद्धत सुरू केली होती. यामुळे केवळ श्रद्धा बळकट होते असं नव्हे, तर दुसऱ्यांसाठी प्रार्थना करण्यानं स्वतःखेरीज इतरांच्या गरजा पूर्ण करण्याइतका मनाचा विकास होतो.

"डॅडी प्रत्येक आठवड्याला कसे प्रवचन देतात, तुला माहीत आहे." सोनया

म्हणाली, ''मला वाटतं त्यांच्यासाठी अशी प्रार्थना केली पाहिजे की, त्यांना या आठवड्यात अभ्यास करायला भरपूर वेळ दे. म्हणजे त्यांना रविवारी सकाळी चर्चमध्ये चांगला संदेश देता येईल.''

कोल्टननं तिच्याकडे पाहिलं आणि तो अतिशय चमत्कारिक गोष्ट बोलला, ''मी एक शक्ती डॅडींकडे वेगानं गेलेली पाहिली.''

सोनयानं नंतर मला सांगितलं की मनातल्या मनात या शब्दांचा अर्थ लावण्यासाठी तिला क्षणभर वेळ लागला. *शक्ती वेगाने गेली?*

''तुला काय म्हणायचंय, कोल्टन?''

''डॅडी बोलतात तेव्हा जीझस काही शक्ती डॅडींकडे पाठवतो.''

कोल्टनच्या डोळ्यांत सरळ बघण्यासाठी सोनयानं कॉटवरची जागा बदलली.

''ठीक आहे... पण केव्हा? डॅडी चर्चमध्ये बोलतात तेव्हा?''

कोल्टननं मान हलविली. ''होय. चर्चमध्ये. ते बायबलमधील गोष्टी लोकांना सांगतात, तेव्हा.'' सोनयाला यावर काय बोलावं ते कळेना. गेले दीड वर्ष अशा प्रकारच्या परिस्थितीची आम्हाला सवय झाली होती. नंतर डॅडींनी रविवारी चांगला संदेश द्यावा, अशी प्रार्थना करून तिनं आणि कोल्टनने जणू स्वर्गापर्यंत झळाळणारी ज्वालाच पाठविली.

नंतर सोनया हळूच उठून हॉलमध्ये आली आणि तिनं त्यांचं संभाषण मला सांगितलं. ''पण याबद्दल विचारण्यासाठी त्याला झोपेतून उठवू नका!'' ती म्हणाली.

म्हणून मला दुसऱ्या दिवशी सकाळच्या न्याहरीपर्यंत थांबावं लागलं.

''ए कोल्टन!'' कोल्टनच्या नेहमीच्या सिरिअलच्या वाडग्यात दूध ओतत मी म्हणालो, ''मम्मा म्हणाली की, काल रात्री बायबलमधील गोष्टी ऐकताना तुम्ही बोलत होतात. तू ममाला कशाविषयी सांगत होतास ते मला सांगशील म्हणजे... म्हणजे जीझस शक्ती पाठवत होता वगैरे? ती शक्ती कशी आहे?''

''तो पूज्य परमात्मा (द होली स्पिरिट),'' कोल्टन साधेपणानं म्हणाला, ''मी त्याला बघत होतो. त्यानं मला दाखवलं.'' ''पूज्य परमात्मा?''

''हो. तुम्ही चर्चमध्ये बोलत असताना तो तुमच्यासाठी शक्ती पाठवतो.''

माणसांच्या डोक्यावर कॉमिकमध्ये सलग चित्रात दाखवतात त्याप्रमाणे विचारांचे गोल फुगे असते, तर माझे फुगे प्रश्नचिन्ह आणि उद्गारचिन्हांनी भरलेले दिसले असते. रविवारी सकाळी प्रवचन देण्यापूर्वी मी एकच प्रार्थना करतो : ''परमेश्वरा, आज सकाळी तू मदत केली नाहीस तर माझा संदेश व्यर्थ जाईल.'' कोल्टनच्या शब्दांच्या प्रकाशात माझ्या लक्षात आलं की, कशाकरता प्रार्थना करतोय याची जाणीव नसताना मी प्रार्थना करत होतो. आणि कल्पना करा, परमेश्वर 'शक्ती पाठवून' मला उत्तर देतोय... हे सगळंच आश्चर्यकारक होतं.

११८ । स्वर्गाचा साक्षात्कार

ॲलीचा क्षण

कोल्बी जन्मल्यावर सोनया आणि माझ्या लक्षात आलं की, आमच्याबरोबर प्रत्येक ठिकाणी मुलांना नेणं या बाबतीतला आमचा उत्साह कमी झाला आहे. आता आमच्या संख्येपेक्षा मुलांची संख्या दोनास-तीन अशी अधिक होती. आम्ही ठरवलं की, नियमितपणे येणाऱ्या बेबी सिटरची आता आवश्यकता आहे. म्हणून मुलांना सांभाळण्यासाठी आम्ही एका समजूतदार, जबाबदार अशा आठव्या ग्रेडमध्ये शिकणाऱ्या ॲली टायटस या मुलीला नेमलं. सोमवारी रात्री सोनया आणि मी अजूनही एकत्र आमच्या 'वयस्कर लोकांच्या' टीममधून सॉफ्टबॉल खेळत होतो. माझे 'घसरण्याचे दिवस' मागेच संपले होते.

२००५मध्ये एका सोमवारी संध्याकाळी कॅसी, कोल्टन आणि कोल्बी यांची देखभाल करण्यासाठी ॲली आली. त्यामुळे आम्ही गेम खेळायला जाऊ शकलो होतो. रात्री साधारण दहाच्या दरम्यान आम्ही घरी परतलो. सोनया गाडीतून उतरली आणि ॲली व मुलं काय करतात हे बघायला गेली. तोपर्यंत रात्र असल्याने मी गॅरेजचं दार बंद करायला गेलो. त्यामुळे आत घडलेलं मला ऐकायला आलं नाही. ते घडल्यानंतर काही मिनिटांनी मला कळलं.

गॅरेजचं आतलं दार स्वयंपाकघरात उघडतं. सोनयानं सांगितलं की, जेव्हा ती आत गेली, तेव्हा ॲली सिंकजवळ रडत-रडत रात्रीच्या जेवणाच्या डिशेस धूत होती.

"काय झालं ॲली?" सोनयानं विचारलं. ॲलीबाबत काही घडलं होतं की, मुलांना काही झालं होतं?

ॲलीने आपले हात सिंकमधील पाण्यातून काढले आणि टॉवेलने कोरडे केले. "अं... अं... मला कसं सांगावं ते कळत नाहीये, मिसेस बर्पो," तिने सुरुवात केली खरी; पण ती चाचरत खाली मान घालून फरशीकडे बघत थांबली.

''ॲली, काही हरकत नाही,'' सोनया म्हणाली, ''काय झालं?''

ॲलीनं वर पाहिलं. तिचे डोळे अश्रूंनी डबडबले होते.

''ठीक आहे... मला तुम्हाला असं विचारायची शरम वाटते; पण... तुमचा कधी गर्भपात झालाय का?''

''हो, झालाय.'' सोनया चकित होऊन म्हणाली, ''पण ते तुला कसं कळलं?''

''अं... अं... कोल्टन आणि माझं थोडं बोलणं झालं.''

सोनयानं ॲलीला आपल्याबरोबर सोफ्यावर बसवलं आणि काय घडलं, ते सांगायला सांगितलं.

''कोल्बी आणि कोल्टनला बिछान्यावर झोपवल्यावर हे सर्व सुरू झालं,'' ॲलीनं सुरुवात केली. कॅसी खाली आपल्या खोलीत झोपायला गेली होती. ॲलीनं वर जाऊन कठडा असलेल्या लहानशा पलंगावर कोल्बीला ठेवून त्याला दुधाची बाटली दिली. नंतर ती पुन्हा खाली हॉलमध्ये आली आणि कोल्टनला बिछान्यावर झोपवून त्याचं पांघरूण तिनं खोचून दिलं. नंतर मुलांच्या संध्याकाळच्या जेवणाच्या बशा स्वच्छ करण्यासाठी ती स्वयंपाकघरात आली. ''मी सिंकमधील पाण्याचा नळ बंद केला तोच कोल्टनच्या रडण्याचा आवाज ऐकला.''

ॲलीनं सोनयाला सांगितलं की, काय झालंय हे बघायला ती कोल्टनजवळ गेली तेव्हा तो बिछान्यावर बसला होता आणि त्याच्या गालांवरून अश्रू ओघळत होते. ''काय झालं कोल्टन?'' ॲलीनं त्याला विचारलं होतं.

कोल्टनने सूंऽऽ सूंऽऽ करत आपले डोळे पुसले. ''मला माझ्या बहिणीची आठवण येतेय,'' त्यानं सांगितलं.

ॲलीनं सांगितलं की, ती हसली. कारण या समस्येला अगदी साधं उत्तर होतं. ''ओके बाळा, मी खाली जाऊन तुझ्या बहिणीला तुझ्याकडे आणू का?''

कोल्टन डोकं हलवून 'नाही' म्हणाला. ''नाही. मला माझ्या 'दुसऱ्या' बहिणीची आठवण येतेय.''

आता ॲली गोंधळली होती. ''तुझी दुसरी बहीण? तुला फक्त एक बहीण आणि एक भाऊ आहे, कोल्टन. कॅसी आणि कोल्बी, बरोबर?''

''नाही. मला आणखी एक बहीण आहे.'' कोल्टन म्हणाला, ''मी तिला स्वर्गात भेटलोय.'' नंतर तो पुन्हा रडायला लागला. ''मला तिची फार आठवण येतेय.''

हे घडलेलं सांगताना ॲलीचे डोळे पुन्हा अश्रूंनी डबडबले. ''काय बोलावं ते मला कळेचना, मिसेस बर्पो! तो अतिशय अस्वस्थ झाला होता. म्हणून मी त्याला विचारलं की, तो त्या बहिणीला केव्हा भेटला होता?''

कोल्टननं ॲलीला सांगितलं होतं, ''मी लहान असताना माझं आपॅरेशन झालं होतं. तेव्हा मी स्वर्गात गेलो आणि माझ्या बहिणीला भेटलो.''

नंतर ॲलीनं सोनयाला सांगितलं की, कोल्टन पुन्हा जास्तच रडायला लागला. ''माझी बहीण का मरण पावली ते मला समजत नाहीये,'' तो म्हणाला, ''ती स्वर्गात का आहे आणि इथे का नाही, हेच मला कळत नाहीये.''

ॲली कोल्टनजवळ बिछान्यावर बसली. तिनं सांगितलं की, तिला 'शॉक' बसला. ही परिस्थिती सर्वसामान्य नक्कीच नव्हती. बेबी सिटिंग करताना येऊ शकणाऱ्या आणीबाणीच्या घटनांची यादी अशी आहे – १. आग लागली तर कोणाला बोलवायचं २. आजारपण असेल तर कोणाला बोलवायचं, ३. काही अद्‌भुत अनुभव मुलाला येऊ लागले, तर कोणाला बोलवायचं.

ॲलीला एवढं माहीत होतं की, मागील दोन वर्षं कोल्टन खूप आजारी होता. आणि बराच वेळ तो हॉस्पिटलमध्ये होता. परंतु ऑपरेशन रूममध्ये घडलेलं तिला माहीत नव्हतं. कोल्टन आपलं पांघरूण भिरकावून रांगत तिच्या मांडीवर जाऊन बसला, तेव्हा काय बोलावं ते तिला कळलं नव्हतं. तो रडला, तेव्हा तीही त्याच्याबरोबर रडली होती.

''मला माझ्या बहिणीची आठवण येतेय,'' तो पुन्हा म्हणाला. मुसमुसत त्यानं आपलं डोकं ॲलीच्या खांद्यावर ठेवलं.

''श्ऽऽ श्ऽऽ बरं... बरं... कोल्टन,'' ॲली म्हणाली होती, ''प्रत्येक गोष्टीला एक कारण असतं.'' रडत-रडत तिच्या हातात झोपेपर्यंत ॲली त्याला झुलवत तशीच बसून राहिली होती.

ॲलीनं आपली गोष्ट संपविली आणि सोनयानं तिला मिठी मारली. नंतर ॲलीनं सांगितलं की, पुढचे दोन आठवडे ती सतत कोल्टननं तिला जे सांगितलं, त्याचा विचार करत राहिली. ऑपरेशनच्या आधी सोनयाच्या गर्भपाताबद्दल कोल्टनला काही माहिती नव्हती, या सोनयानं दिलेल्या खात्रीमुळेही ती विचारात पडली होती.

ॲली ख्रिश्चन घरात वाढली होती, तरी बऱ्याच जणांच्या मनात असलेल्या शंका तिच्याही मनात होत्या. उदाहरणार्थ, एक धर्म दुसऱ्या धर्मापासून वेगळा असतो, हे आपल्याला कसं कळतं? कोल्टनच्या आपल्या बहिणीविषयीच्या वृत्तान्तानं तिची ख्रिश्चन श्रद्धा बळकट झाली. ॲली म्हणाली, ''त्या मुलीच्या चेहऱ्याचं त्यानं केलेलं वर्णन ऐकताना.... सहा वर्षांचा मुलगा हे सगळं रचून सांगणार नाही.'' ती आम्हाला सांगू लागली, ''आता जेव्हा माझ्या मनात शंका येतात, तेव्हा 'मला आपल्या बहिणीची आठवण येते' असं सांगतानाचा कोल्टनचा अश्रू गालांवर ओघळत असलेला चेहरा माझ्या डोळ्यांसमोर येतो.''

ॲलीचा क्षण । १२१

देवदूतांच्या तलवारी

२००५मध्ये लहान मुलांसाठी 'द लायन, द विच अ‍ॅन्ड द वॉर्डरोब' – 'सिंह, चेटकीण आणि कपड्याचं कपाट' – हा सिनेमा प्रदर्शित झाला, हे खूप छान झालं. ख्रिसमसच्या सुट्टीत आम्ही हा सिनेमा मुलांना मोठ्या पडद्यावर बघण्यासाठी नेलं. सी. एस. लुईसच्या 'क्रॉनिकल्स ऑफ नार्निया' या मालिकेचं उच्च दर्जाचं नाट्यीकरण बघून सोनया आणि मी प्रभावित झालो. लहान असताना आम्ही दोघांनी या पुस्तक वाचनाचा आनंद उपभोगला होता. कोल्टन हा सिनेमा बघताना फारच उत्तेजित झाला. कारण त्यात चांगली माणसं वाईट माणसांबरोबर तलवारीनं लढतात, असं दाखवलंय.

२००९च्या सुरुवातीला आम्ही डीव्हीडी भाड्यानं आणून सगळ्या कुटुंबाला रात्री सिनेमा बघण्यासाठी हॉलमध्ये बसवला. फर्निचरवर बसण्याऐवजी गालिच्यावर बसलो. सोनया, कॅसी आणि मी सोफ्याला टेकून तर कोल्टन आणि कोल्बी आमच्यापुढे गुडघ्यावर बसून. आम्ही लढवय्या सिंह अ‍ॅस्लन आणि पेव्हेन्सी मुलं : ल्यूसी, एडमंड, पीटर आणि सुसान यांना उत्तेजन देत ओरडत होतो. घरातसुद्धा थिएटरसारखा वास येत होता. 'अ‍ॅक्ट टू बटर्ड पॉपकॉर्न'चे मायक्रोवेव्हमध्ये गरम केलेले वाडगे आमच्या हाताजवळ ठेवून आम्ही जमिनीवर बसलो होतो.

तुम्ही जर 'द लायन, द विच अ‍ॅन्ड द वॉर्डरोब' हा सिनेमा पाहिला नसेल, तर सांगतो. तो दुसऱ्या महायुद्धाच्या पार्श्वभूमीवर बनविला आहे. त्यात पेव्हेन्सी कुटुंबातील मुलं लंडनला एका प्रोफेसरच्या घरी जातात. ल्यूसी, एडमंड, पीटर आणि सुसान ही ती मुलं. एकदा ती अतिशय कंटाळतात. इतक्यात ल्यूसी एका अत्यंत आकर्षक अशा कपड्याच्या कपाटाला धडकते. त्या जादुई कपाटामधून एक रस्ता 'नार्निया' नावाच्या जादूच्या राज्यात जातो. 'नार्निया'मध्ये सगळ्या प्राण्यांना बोलता येत

असतं. एवढंच नव्हे, तर तिथे अगदी कमी उंचीचे बुटके तसेच डोकं माणसाचं व शरीर घोड्याचं असलेले 'सेन्टॉर' राहत असतात. त्या भूमीवर ॲस्लन सिंहाचं राज्य असतं. तो अतिशय नीतिमान आणि चतुर असतो. त्याचा मुख्य शत्रू असते, पांढरी चेटकीण– व्हाइट विच. ती नार्नियावर आपले मायाजाल पसरते. त्यामुळे तिथे नेहमी हिवाळा राहतो. ख्रिसमस मात्र कधी येतच नाही. खऱ्या जगात पेव्हेन्सी मुलं ही लहान मुलं असतात. पण 'नार्निया'मध्ये ती राजे आणि राण्या होतात. ती शूर योद्धे होऊन राजा ॲस्लनच्या बाजूने लढतात.

या रात्री आम्ही विलक्षण काल्पनिक मध्ययुगीन युद्धातलं शेवटचं दृश्य पाहत होतो. पंख असलेल्या प्राण्यांनी आकाशातून मोठमोठे गुळगुळीत दगड टाकले आणि युद्धाचा वेष घातलेल्या पेव्हेन्सी मुलांनी पांढऱ्या चेटकिणीच्या दुष्ट सैन्याच्या तलवारीला तलवार भिडविली. या दृश्यात सहा वर्षांचा कोल्टन अगदी रंगून गेला होता. त्या चित्रपटाच्या आधीच्या भागात ॲस्लननं एडमंडला वाचविण्याकरता स्वतःचा जीव खर्ची घातला होता, पण तो पुन्हा जिवंत होऊन त्यानं पांढऱ्या चेटकिणीला ठार केलं, तेव्हा कोल्टननं उडीच मारली आणि आपली मूठ हवेत उंचावून विजयाचा जल्लोष केला. त्याला चांगले लोक जिंकलेले आवडतात.

सिनेमा संपत आल्यावर टेलिव्हिजनच्या पडद्यावरची श्रेयनामावली वाढायला लागली. कोल्बी पॉपकॉर्नचा तळात राहिलेला गाळ उचलायला लागला, तेव्हा सोनया सहज कोल्टनला म्हणाली, ''कोल्टन, स्वर्गातली एक गोष्ट तुला अजिबात आवडली नसेल – तिथे तलवारी नाहीत.''

कोल्टनची चक्रावून टाकणारी उत्सुकता एकदम नाहीशी झाली. जणू एखाद्या अदृश्य हातानं त्याच्या चेहऱ्यावरचं हसूच पुसून टाकलं. तो नीट उभा राहिला आणि त्यानं अजून खाली जमिनीवर बसलेल्या सोनयाकडे पाहिलं.

''स्वर्गात पण तलवारी आहेत,'' तो म्हणाला.

त्याच्या आवाजातील तीव्रतेनं चकित झालेल्या सोनयानं डोळ्यांच्या कोपऱ्यातून माझ्याकडे पाहिलं. नंतर आपलं मस्तक मागे झुकवून ती कोल्टनकडे बघून हसली. ''अं... ठीक आहे. स्वर्गात त्यांना तलवारीची का जरूर लागते?''

''मॉम, सैतान अजून नरकात गेलेला नाही.'' कोल्टन जवळजवळ रागावून म्हणाला, ''देवदूत तलवारी बाळगतात. त्यामुळेच ते सैतानाला स्वर्गाच्या बाहेर ठेवू शकतात.''

पुन्हा माझ्या मनात बायबलने उसळी घेतली. 'लूक'मध्ये जीझस आपल्या शिष्यांना सांगतो, ''मी सैतानाला एखाद्या विजेप्रमाणे स्वर्गातून पडताना पाहिलं!''

मला डॅनियलचा एक उतारा आठवला. त्यात देवदूत डॅनियलच्या प्रार्थनेला उत्तर म्हणून त्याला भेटतो. तो डॅनियलला म्हणतो की, त्याला एकवीस दिवस

उशीर झाला, कारण तो 'पर्शियाच्या राजा'बरोबर युद्ध करण्यात गुंतला होता.[१] तत्त्वज्ञानी नेहमी त्याचा अर्थ एक प्रकारचे 'आत्मिक युद्ध' असा घेतात. ग्रॅब्रिएलचे दुष्ट शक्तींबरोबर युद्ध.

हे सगळे विचार सहा वर्षांच्या मुलाला कसे काय ठाऊक झाले? होय. तोपर्यंत कोल्टन आणखी दोन वर्षं चर्चमधील रविवारच्या शाळेत गेला होता; पण मला एक नक्की माहीत होतं की, आमच्या अभ्यासक्रमात सैतानाची जीवनपद्धत समाविष्ट केलेली नव्हती.

हे सगळे विचार माझ्या डोक्यात चमकून गेले. मला हेही दिसत होतं की, कोल्टनशी काय बोलावं, हे सोनयाला कळत नव्हतं. तो अजूनही रागीट चेहऱ्यानं कपाळावर आठ्या घालून बसला होता. मी एकदा त्याला 'स्वर्गातील अंधाराबद्दल' विचारलं होतं, त्या वेळचा त्याचा त्रासलेला चेहरा मला आठवला. मी त्याच्या मनावरचा ताण थोडा हलका करायचं ठरवलं. "ए, कोल्टन, तू नक्कीच 'मला तलवार मिळेल का?' असं विचारलं असणार, खरं ना?" मी म्हणालो.

असं विचारल्याबरोबर कोल्टनची रागीट मुद्रा बदलली. त्यावर उदास भाव आला आणि त्याचे खांदे खाली झुकले. "हो, मी विचारलं. पण जीझसने मला ती घेऊ दिली नाही. तो म्हणाला की, ती खूप धोकादायक आहे."

मी थोडंसं हसलो. मला एक आश्चर्य वाटलं की, जीझसला नक्की काय म्हणायचं होतं. कोल्टननं तलवार घेतली, तर तो स्वतःलाच धोकादायक ठरेल की इतरांनाही.

आपल्या स्वर्गाबद्दलच्या सगळ्या चर्चेत कोल्टननं सैतानाचा पूर्वी कधी उल्लेख केला नव्हता. सोनया आणि मी कधी त्याबद्दल त्याला विचारण्याचा विचारही केला नव्हता. जेव्हा तुम्ही 'स्वर्गाची' कल्पना करता तेव्हा तुम्ही मौल्यवान स्फटिकाचे झरे आणि सोन्याच्या रस्त्याची कल्पना करता. देवदूत आणि सैतान तलवारीनं एकमेकांशी लढताहेत, अशी नाही.

आता त्यानं विषय काढलाच होता म्हणून मी त्याला थोडा अधिक आग्रह करायचं ठरवलं.

"कोल्टन," मी म्हणालो, "तू सैतानाला *'पाहिलंस'*?"

"होय, मी पाहिलं त्याला," तो गंभीरपणे म्हणाला.

"तो कसा दिसतो?"

हे विचारल्याबरोबर कोल्टनचं अंग ताठ झालं, त्यानं तिरस्कारानं तोंड वेडंवाकडं केलं, त्याचे डोळे आवळले गेले आणि तो गप्प झाला. मला सांगायचंय की, तो पूर्णपणे मिटून गेला. त्या रात्रीपुरतं हे घडलेलं पुरेसं होतं.

त्यानंतर आम्ही दोन वेळा तरी कोल्टनला सैतानाबद्दल विचारलं. नंतर ते

सोडून दिलं. कारण जेव्हा आम्ही त्याला विचारलं, तेव्हा त्याची प्रतिक्रिया थोडी अस्वस्थ करणारी ठरली. जणू एखादा आनंदी मुलगा धावत जाऊन स्वतःला बंद दारं-खिडक्या आणि पडदे ओढलेल्या एखाद्या खोलीत कोंडून सुरक्षित बसावा, त्याप्रमाणे तो क्षणात बदलत असे. त्यामुळे हे स्पष्ट कळलं की, इंद्रधनुष्य, घोडे आणि सोन्याचे रस्ते याखेरीज अप्रिय असं खूप काहीतरी त्यानं पाहिलं होतं आणि त्याबद्दल त्याला बोलायचं नव्हतं.

देवदूतांच्या तलवारी । १२५

होणारं युद्ध

काही महिन्यांनी इम्पीरिअलपासून साठ मैलांवर असलेल्या मॅककूक या गावी माझं काही काम होतं. तिथेच जवळ 'वॉलमार्ट' शॉपही होतं. पुष्कळ अमेरिकन लोकांना 'वॉलमार्ट'मध्ये जाण्यासाठी एक तास गाडी चालवून जाणं हे भयानक वाटेल; पण केवळ शेती असलेल्या या प्रदेशात तुम्हाला त्याची सवय होते. मी कोल्टनला बरोबर घेतलं होतं. परत येताना कोल्टनबरोबर झालेलं संभाषण मी कधीही विसरू शकत नाही. कारण आतापर्यंत माझा मुलगा माझ्याशी स्वर्गाबद्दल तसंच माझ्या भूतकाळाबद्दलही बोलला होता; पण त्यानं माझं भविष्य आपल्याला माहीत आहे, असं कधीही सूचित केलं नव्हतं.

आम्ही मॅककूकच्या पश्चिमेकडे असणाऱ्या कलबर्टसन गावातून परतीचा प्रवास करत होतो. आम्ही एका दफनभूमीजवळून जात होतो. कोल्टन आपल्या सीटवरून बाजूच्या खिडकीतून दफनभूमीतील थडग्यांच्या माथ्यावर रांगेत उभे रोवलेले दगड मागे जात असलेले पाहत होता.

''डॅड, पॉपचं दफन कुठे झालं?'' त्यानं विचारलं.

''सांगतो. त्यांचं दफन आजी के राहते तिथे, कॅनससमधील युलिसिस येथील दफनभूमीत झालं.'' मी सांगू लागलो. ''आपण पुन्हा तिथे जाऊ त्या वेळी तुला बघायचं असेल, तर मी तुला तिथे घेऊन जाईन; पण तुला ठाऊक आहे, पॉप कुठे आहेत ते.''

कोल्टन खिडकीतून बाहेर बघत राहिला. ''माहीत आहे मला. ते स्वर्गात आहेत. त्यांना नवीन शरीर मिळालंय. जीझसनं मला सांगितलंय की, तुम्ही स्वर्गात गेल्याशिवाय तुम्हाला नवीन शरीर मिळत नाही.''

'थांब, घाई नको करूस!' मी स्वतःशीच विचार केला. 'आता नवीन माहिती

१२६ । स्वर्गाचा साक्षात्कार

मिळणार.'

"*खरंच?*" एवढंच मी बोललो.

"हो," तो बोलला. मग पुढे म्हणाला, "डॅड, एक युद्ध होणार आहे, हे तुम्हाला माहीत आहे?"

"म्हणजे तुला काय म्हणायचंय?" आम्ही अजून 'स्वर्ग' याच विषयावर बोलत होतो का? मला खात्री नव्हती.

"एक युद्ध होणार आणि त्यामुळे या जगाचा नाश होणार आहे. जीझस, देवदूत आणि चांगली माणसं ही सैतान, राक्षस आणि वाईट माणसांबरोबर लढणार आहेत. मी ते बघितलंय."

बायबलमधील 'प्रकटीकरणा'मध्ये वर्णन केलेल्या युद्धाचा मी विचार केला आणि माझ्या हृदयाचा ठोकाच चुकला. "तू ते कसं बघितलंस?"

"स्वर्गात बायका आणि मुलं यांना युद्ध बाजूला राहून बघायला सांगतात. म्हणून मी बाजूला राहिलो आणि बघितलं." आश्चर्य म्हणजे त्याचा स्वर समाधानी वाटत होता, जणूकाही त्यानं पाहिलेल्या चांगल्या सिनेमाविषयी तो गप्पा मारत होता. "पण पुरुष... त्यांना लढावं लागतं. आणि डॅड, मी तुम्हाला पाहिलं, तुम्हाला पण लढावं लागणार आहे."

हे सर्व ऐकत-ऐकत रस्त्यावर नीट गाडी चालवा बघू! अचानक गाडीच्या टायरचा रस्त्याच्या डांबरावर करकचून घासण्याचा अनैसर्गिक, उंच, केविलवाणा आवाज आला – अर्थात ब्रेक दाबला म्हणून.

आता पुन्हा 'स्वर्गातला काळ' हा विषय होता. पूर्वी कोल्टन माझ्या भूतकाळाबद्दल बोलला होता. त्यानं 'मृत' व्यक्तींना वर्तमानात पाहिलं होतं. ते सांगताना तो आता मध्येच भविष्यही दाखवत होता. या सगळ्या संकल्पना – भूत, वर्तमान, भविष्य – फक्त पृथ्वीवरच होत्या की काय, याबद्दल मला अचंबा वाटला. कदाचित स्वर्गात वेळ मोजणंच नसेल... वेळ ही संज्ञाच नसेल.

माझ्या मनातला दुसरा विषय जास्त महत्त्वाचा होता. "आम्ही अक्राळविक्राळ विचित्र प्राण्यांशी लढत होतो, असं तू म्हणालास."

"हो!" कोल्टन आनंदानं म्हणाला, "ड्रॅगन आणि तशाच इतर प्राण्यांशी."

तात्पुरता तंबू टाकून भविष्य सांगणाऱ्या धर्मोपदेशकांपैकी मी नाही, पण मला आता 'प्रकटीकरणा'मधला एक भाग स्पष्टपणे आठवला :

"त्या दिवसांत माणसं मृत्यू मिळविण्याचा प्रयत्न करतील आणि तो त्यांना मिळणार नाही; ते मृत्यूची इच्छा करतील; पण मृत्यू त्यांच्यापासून पळून जाईल. तेव्हा कीटक असलेल्या टोळांचा आकार लढाईसाठी तयार

झालेल्या घोड्यांसारखा होता. त्यांच्या डोक्यावर सोन्यासारखे दिसणारे मुकुट होते आणि त्यांचे चेहरे माणसांसारखे होते. त्यांचे केस स्त्रियांसारखे आणि दात सिंहासारखे होते. त्यांच्या छातीवर संरक्षणासाठी असलेले कवच लोखंडासारखे होते आणि त्यांच्या पंखांचा आवाज लढाईसाठी धावणाऱ्या पुष्कळ घोडे जुंपलेल्या रथांसारखा होता. त्यांच्या शेपट्या विंचवासारख्या होत्या व त्यांच्या शेपटीत नांग्या होत्या. त्यांची शक्ती माणसाला पाच महिने इजा करणारी होती.''

कित्येक शतके तत्त्वज्ञानी लोक अशा तऱ्हेच्या उताऱ्यात प्रतीकांच्याद्वारा कल्पना व्यक्त केल्या गेल्या आहेत असं मानत आले आहेत : कदाचित शरीराच्या वेगवेगळ्या अवयवांचं मिळून एक राज्य समजलं गेलं असेल किंवा प्रत्येक अवयव म्हणजे एक-एक प्रकारचं राज्य मानलं गेलं असेल. काहींनी असं सुचविलं आहे की, 'छातीवर लोखंडी संरक्षक कवच' म्हणजे आधुनिक लष्करी मशिन असं सूचित होतं. ते वर्णन करण्यासाठी योहानकडे काही वस्तू नव्हती.

कदाचित आपल्यासारख्या सुसंस्कृत अभिरुची असणाऱ्या माणसांनी काही गोष्टी आहेत त्यापेक्षा अधिक गुंतागुंतीच्या केल्या आहेत. कदाचित आपण जास्त शिक्षित, जास्त बुद्धिमान असल्याने आपल्याला त्या प्राण्यांना साध्या भाषेत म्हणजे 'अक्राळ विक्राळ राक्षस' अशी नावं देणं जमत नसेल.

''...अं ... कोल्टन... मी अक्राळविक्राळ राक्षसांबरोबर कशानं लढतोय?'' टँक किंवा मिसाइल लाँचर असं उत्तर मला अपेक्षित होतं... मला नक्की कळत नव्हतं पण लढण्यासाठी लांबून वापरता येईल असं काहीतरी.

कोल्टन माझ्याकडे बघून हसला. ''तुम्हाला तलवार किंवा धनुष्यबाण मिळतं. मला नक्की आठवत नाही काय ते.''

माझा चेहरा उतरला. ''त्या राक्षसांबरोबर मला 'तलवारीने' लढावं लागेल, असं तुला म्हणायचंय?''

''होय डॅड, पण घाबरू नका.'' तो मला धीर देत म्हणाला.

''जीझस जिंकतो. तो सैतानाला नरकात फेकतो. मी पाहिलंय ते.''

''मी देवदूताला स्वर्गातून खाली येताना पाहिलं. त्याच्या हातात तळ नाही, अशा विहिरीची किल्ली आणि मोठी साखळी होती. त्यानं त्या ड्रॅगनला – म्हाताऱ्या सापाच्या स्वरूपात असलेल्या डेव्हिल (पिशाच्च) आणि सैतानाला – धरलं, त्याला हजार वर्षं बांधून टाकलं. नंतर त्यानं त्याला तळ नसलेल्या विहिरीत फेकलं, वरून तोंड बंद केलं आणि

> त्यावर आपली मोहोर उठवली. त्यामुळे तो हजार वर्षं पूर्ण होईपर्यंत सर्व राष्ट्रांना फसवू शकणार नाही. त्यानंतर त्याला थोडंसं सैल सोडावं लागतं... हजार वर्षं पूर्ण झाल्यावर सैतानाला त्या तुरुंगातून बाहेर सोडावं लागतं. मग तो पृथ्वीवरच्या चार भागांवर पसरलेल्या राष्ट्रांना फसवायला बाहेर पडेल. गोग आणि मागोग ही दोन राष्ट्रे एकत्र येऊन युद्धाला तयार होतील. त्यांची संख्या समुद्राच्या वाळूप्रमाणे अफाट आहे. मग ते पृथ्वीच्या अरुंद भागापर्यंत गेले आणि त्यांनी संत-सज्जनांची छावणी व प्रिय नगरीला सभोवार घेरलं आणि परमेश्वरातून प्रत्यक्ष अग्नी स्वर्गाबाहेर पसरला आणि त्यानं त्यांना गिळून टाकलं. त्यांना ज्याने फसवलं त्या सैतानाला (डेव्हिलला), जिथे पशू आणि ढोंगी प्रेषित आहेत, त्या अग्नी आणि गंधकाच्या सरोवरात फेकलं. तिथे त्याचा दिवस-रात्र अनंत काळापर्यंत छळ केला जाईल.''

गोग आणि मागोग या दुष्ट राष्ट्रांनी परमेश्वराबरोबर आर्मागेडॉन येथे युद्ध केलं. त्याचं वर्णन कोल्टन करत होता आणि म्हणत होता की, मी त्याच्यात लढणार आहे. हॉस्पिटलमध्ये 'देवदूतांनी आपल्यासाठी गाणं गायलं' हे कोल्टननं सांगितल्यापासून गेल्या जवळजवळ दोन वर्षांत माझं डोकं अनेक वेळा भिरभिरलं होतं. आता या नवीन प्रतिमा माझ्या डोक्यात घालून निःशब्द होऊन मी या प्रवासात कित्येक मैल पुढे फरफटत ओढला गेलो. शिवाय कोल्टनच्या आतुरता न दाखविणाऱ्या वागुणकीमुळे मी चकित झालो होतो. त्याची भूमिका साधारण अशी होती, ''काय अडचण आहे, डॅड! मी तुम्हाला सांगितलंय की, मी एकदम शेवटच्या अध्यायावर आलोय आणि चांगली माणसंच जिंकतात.''

निदान ते तरी समाधान होतं. आम्ही इम्पीरिअलची उपनगरं ओलांडली, तेव्हा मी ठरवलं की, कोल्टनची या सगळ्याबाबत जी भूमिका आहे, तीच आपण ठेवायची. ''ठीक आहे, बाळ, मी लढावं असं जीझसला वाटत असेल, तर मी लढेन.'' मी म्हणालो.

कोल्टन खिडकीपासून वळला. त्याचा चेहरा गंभीर झालेला मला दिसला. ''होय, मला माहीत आहे डॅड!'' तो म्हणाला, ''तुम्ही नक्की लढाल!''

'एक दिवस आपण नक्की बघू...'

कोल्टनच्या अनुभवांविषयी आम्ही पहिल्यांदा जाहीररीत्या बोललो ते मला आठवतं. कोलोराडो स्प्रिंग्जमधल्या माउन्टन व्ह्यू वेस्लेयान चर्चमध्ये २८ जानेवारी, २००७ या दिवशी संध्याकाळच्या प्रार्थनेच्या वेळी आम्ही बोललो. सकाळच्या प्रार्थनेच्या वेळी मी थॉमसबद्दल एक प्रवचन दिलं होतं. थॉमस या जीझसच्या शिष्याला इतर शिष्यांचा आणि मेरी मग्दालियाचाही राग आला होता, कारण त्यांना पुन्हा जिवंत होऊन उठलेल्या जीझसचं दर्शन झालं होतं; पण त्याला मात्र झालं नव्हतं. गॉस्पेल ऑफ योहानमध्ये ही गोष्ट सांगितली आहे :

> जेव्हा जीझस आला तेव्हा बारा शिष्यांपैकी एक थॉमस (त्याला 'डिडॅमस' असंही म्हणतात.) इतरांबरोबर नव्हता. तेव्हा इतर शिष्यांनी त्याला म्हटलं, ''आम्ही लॉर्ड जीझसचं दर्शन घेतलं.''
> तो त्यांना म्हणाला, ''जोपर्यंत मला खिळ्यांच्या खुणा त्याच्या तळहातावर दिसत नाहीत, खिळे ठोकलेल्या जागी मी बोटांनी स्पर्श करत नाही, त्याच्या खांद्यावर हात ठेवत नाही, तोपर्यंत माझा विश्वास बसणार नाही.''
> एका आठवड्यानंतर सर्व शिष्य घरात होते आणि थॉमस त्यांच्याबरोबर होता. दरवाज्याला कडी होती, तरी जीझस त्यांच्यासमोर येऊन उभा राहिला आणि म्हणाला, ''तुम्हाला शांती लाभो!'' नंतर तो थॉमसला म्हणाला, ''तुझं बोट इथं ठेव. माझे हात पाहा. तुझे हात माझ्या खांद्यावर ठेव. शंका घेऊ नकोस आणि विश्वास ठेव.''
> थॉमस त्याला म्हणाला, ''माझा जीझस आणि माझा परमेश्वर!''
> नंतर जीझसनं त्याला सांगितलं, ''तू मला प्रत्यक्ष बघितलंस म्हणून तू

विश्वास ठेवतोस, पण ज्यांनी मला पाहिलेलं नाही आणि तरीही जे विश्वास ठेवतात ते भाग्यवान असतात.''

या गोष्टीवरूनच 'डाउटिंग थॉमस – संशयी थॉमस' अशी आपल्या परिचयाची संज्ञा आपण वापरतो. प्रत्यक्ष पुरावा किंवा स्वतःचा वैयक्तिक अनुभव असल्याशिवाय जो विश्वास ठेवत नाही असा माणूस. दुसऱ्या शब्दांत श्रद्धा नसलेला माणूस.

माझ्या सकाळच्या प्रवचनात मी माझ्या रागाबद्दल आणि अंधश्रद्धेबद्दल बोललो. हॉस्पिटलमधल्या लहानशा खोलीत परमेश्वरावर रागावत घालविलेले वादळी क्षण आणि परमेश्वर मात्र मुलाच्या रूपानं माझ्याकडे येऊन म्हणतो, ''मी इथे आहे.'' याविषयीही मी बोललो.

जी माणसं त्या सकाळच्या प्रार्थनेला हजर राहिली त्यांनी बाहेर जाऊन आपल्या मित्रांना सांगितलं की, ज्यांचा मुलगा स्वर्गात गेला होता, असा धर्मोपदेशक आणि त्याची पत्नी संध्याकाळच्या प्रार्थनेच्या वेळी आणखी काही गोष्टी सांगणार आहेत. त्या रात्री चर्च अगदी तुडुंब भरलं. कोल्टन आता सात वर्षांचा झाला होता. तो आपल्या भाऊ-बहिणीबरोबर दुसऱ्या रांगेत बाकावर बसला होता. सोनया आणि मी त्याच्या अनुभवांची कथा त्या पंचेचाळीस मिनिटांत जेवढी सांगणं शक्य आहे, तेवढी सांगितली. आम्ही पॉपविषयी, कोल्टन आपल्या न जन्मलेल्या बहिणीला भेटला त्याविषयी लोकांना सांगितलं. त्यानंतर साधारण पंचेचाळीस मिनिटं आम्ही प्रश्नांना उत्तरं दिली.

आम्ही इम्पीरिअलला परत आल्यावर साधारण आठवड्याने मी घरी तळघरातल्या ऑफिसमध्ये बसून ई-मेल तपासत होतो. त्यात सोनया आणि मी व मुलं माउन्टन व्ह्यू वेस्लेयानच्या भेटीच्या दरम्यान ज्यांच्या घरी राहिलो होतो, त्या कुटुंबाची एक ई-मेल होती. त्या यजमान कुटुंबाच्या मित्रांनी आमच्या चर्चमधील त्या संध्याकाळच्या भाषणाला हजेरी लावली होती आणि कोल्टनचं स्वर्गाचं वर्णन ऐकलं होतं. त्या मित्रांनी यजमान कुटुंबाच्याद्वारे एक ई-मेल पाठविली होती. दोनच महिन्यांपूर्वी डिसेंबर, २००६मध्ये सीएनएन चॅनेलनं टीव्हीवर दाखविलेल्या हकिगतीविषयी ती ई-मेल होती. ती गोष्ट एका लिथुआनिअन – अमेरिकन लहान मुलीविषयी होती. त्या मुलीचं नाव अकीन क्रॅमरिक असून, ती आयडाहोमध्ये राहत होती. ती बारा वर्षांची होती आणि वयाच्या चौथ्या वर्षापासून तिला स्वर्गाविषयी असामान्य दृष्टी लाभायला सुरुवात झाली होती, असं त्या ई-मेलमध्ये म्हटलं होतं. तिची स्वर्गाबद्दलची वर्णनं अगदी कोल्टनसारखीच वाटत होती. आमच्या मित्रांना वाटलं की, आम्हाला त्या बातमीत रस असेल....

कॉम्प्युटरवर बसून मी त्या तीन मिनिटांच्या माहितीवर क्लिक केलं. पार्श्वसंगीत म्हणून सुरुवातीला व्हायोलिनसारख्या सेलो वाद्यावर एक शास्त्रीय धून सावकाश वाजली. एक पुरुषी आवाज ऐकू आला : 'एक स्वयंभू कलाकार. म्हणजे तिला

'एक दिवस आपण नक्की बघू...' । १३१

प्रेरणा 'वरून' येते. आध्यात्मिक आणि भावनिक अशी ही चित्रं.... केवळ बारा वर्षांच्या असामान्य, विलक्षण मुलीनं काढलेली.'

असामान्य, विलक्षण हे तर बरोबर. सेलो वाजत असताना एकामागोमाग एक असा रंगीत चित्रांचा व्हिडीओ दाखवला गेला. ती रंगीत चित्रं देवदूतांसारख्या आकृतींची, साधी, सुंदर अशी रमणीय प्रदेशांची आणि एका बाजूनं दिसणाऱ्या माणसाच्या चेहऱ्याची होती. तो चेहरा स्पष्टपणे जीझस ख्राइस्टचा आहे, असं दिसत होतं. नंतर एक लहान मुलगी कॅनव्हासवर रंग लावते आहे, असा शॉट होता. परंतु ही चित्रं लहान मुलीची वाटत नव्हती किंवा 'पोर्ट्रेट' रंगवायचं शिक्षण घेत असलेल्या मोठ्या माणसांचीही वाटत नव्हती. या कोणत्याही प्रदर्शनात दिसणाऱ्या उच्च अभिरुचीच्या कलाकृती होत्या.

अकीनने वयाच्या सहाव्या वर्षापासून पेन्टिंग करायला सुरुवात केली. तो मागचा आवाज सांगू लागला की, वयाच्या चौथ्या वर्षापासूनच 'ती आपल्या स्वर्गाच्या भेटीचं वर्णन आईला सांगू लागली.'

नंतर अकीन पहिल्यांदाच बोलली. स्वर्गाचं वर्णन करताना, ती म्हणाली : ''तिथले सगळे रंग या जगातले नाहीयेत. तिथे आपल्याला माहीत नसलेले शेकडो, लाखो रंग आहेत.''

हे वर्णन करणाऱ्यानं पुढे सांगितलं की, अकीनची आई नास्तिक होती. परमेश्वर म्हणजे काय, याची चर्चा त्यांच्या घरात कधी झाली नव्हती. ते कुटुंब कधी टीव्ही बघत नव्हतं आणि अकीन कधी कुठल्याही तऱ्हेच्या बालवाडीत गेली नव्हती. ती छोटीशी मुलगी आईला स्वर्गाबद्दल गोष्टी सांगायला लागली. प्रथम आकृतींमधून आणि नंतर पेंटिंगमध्ये चित्रं रेखाटू लागली. तेव्हा तिच्या आईला कळलं की, तिने या सर्व गोष्टी कुणाकडून ऐकलेल्या नसाव्यात. अकीनकडे असामान्य दृष्टी आहे आणि परमेश्वर खरंच असला पाहिजे, हे तिची आई हळूहळू मान्य करायला लागली.

''मला वाटतं परमेश्वराला ठाऊक असावं की, प्रत्येक कुटुंबात कुठल्या मुलांना कुठे ठेवायचं ते.'' मिसेस कॅमरिक म्हणाल्या.

मला आठवलं की, काही मुलं जीझसला 'त्रास देत' होती आणि जीझसचे शिष्य त्यांना थांबवत होते. तेव्हा जीझस म्हणाला, ''मुलं माझ्याकडे येऊ देत.''

मी माझ्या पुढच्या प्रवचनासाठी मनातल्या मनात नोंद केली : अकीनच्या गोष्टीवरून कळलं की, कोणालाही, कुठेही, कोणत्याही वयात परमेश्वर भेटतो. जिथे त्याचं कधी नावही उच्चारलं जात नाही अशा घरातल्या, शाळेतही न जाणाऱ्या मुलीलासुद्धा तो भेटतो.

माझ्यासाठी मात्र परमेश्वराने नेमून दिलेला त्या दिवशीचा धडा 'हा' नव्हता.

अकीनच्या कलाकृतींचा देखावा माझ्या कॉम्प्युटरच्या पडद्यावर मी बघत

असताना तो निवेदक म्हणाला, ''अकीन जेवढं हुबेहूब त्याचं पेंटिंग काढते; तसंच त्याचं स्पष्टपणे वर्णन करते.''

त्याच क्षणी अकीननं काढलेल्या जीझसच्या चेहऱ्याच्या जवळून घेतलेल्या फोटोनं माझ्या कॉम्प्युटरचा पडदा भरून गेला. मी अगोदर पाहिलं तसंच साम्य होतं; पण या वेळी जीझस 'सरळ कॅमेऱ्याकडेच' बघत होता, असं म्हणावं लागेल.

''तो मनानं आणि शरीरानं अत्यंत शुद्ध आहे.'' अकीन सांगत होती, ''तो खराखुरा मर्दानी आहे, खरोखर दणकट आणि मोठा. आणि त्याचे डोळे अतिशय सुंदर आहेत.''

वा! कोल्टनचं ऑपरेशन होऊन तीन वर्षं झाली होती आणि त्या रात्री तळघरात जीझसचं पहिल्यांदा त्याने वर्णन केलं होतं, त्याला अडीच वर्षं झाली होती. त्याच्या आणि अकीनच्या आठवणींमधलं साम्य बघून मी चकित झालो : स्वर्गातले सगळे रंग... विशेषतः त्यांचं जीझसच्या डोळ्यांचं वर्णन. ''आणि त्याचे डोळे,'' कोल्टन म्हणाला होता, ''ओ डॅड, त्याचे डोळे किती सुंदर आहेत!''

चार वर्षांच्या या दोन मुलांचे एकमेकांशी जुळणारे तपशील कुतूहल वाढविणारे आहेत ना! सीएनएनचा अहवाल संपल्यावर मी पुन्हा जीझसचं दुसरं चित्र पडद्यावर आणलं. हे आश्चर्यकारक, खरं भासणारं चित्र अकीननं आठव्या वर्षी रंगवलं होतं. डोळे खरोखर चित्त खेचून घेत होते... स्वच्छ, हिरवट निळे डोळे... जाड, काळ्या भुवयांखाली असलेले... अर्धा चेहरा छायेत असल्यासारखा होता. माझ्या लक्षात आलं की, त्याचे केस पुष्कळ कलाकार रंगवतात त्यापेक्षा लांबीला कमी होते. त्याची दाढीसुद्धा वेगळी होती. बहुतेक भरघोस... अधिक... मला सांगता येत नाही... पण अधिक सहजरीत्या वाढवलेली.

२००३पासून आम्ही जीझसच्या अक्षरशः डझनावारी प्रतिमा पाहिल्या होत्या. तरी त्यातील कोणतीही कोल्टनच्या दृष्टीने बरोबर नव्हती.

मी विचार केला, 'ठीक आहे. आता अकीनच्या प्रयत्नांच्या बाबतीत तो काय बोलतो ते पाहावं.'

मी डेस्कजवळून उठलो आणि कोल्टनला 'खाली तळघरात ये' अशी मोठ्याने हाक मारली.

'आलो, आलो,' असं उत्तर आलं.

कोल्टन उड्या मारत खाली आला आणि ऑफिसमध्ये डोकावला.

''काय डॅड?''

''हे बघ काय ते!'' मी कॉम्प्युटरच्या पडद्याकडे मानेने खूण करत म्हटलं, ''बघ यात काय चूक आहे?''

तो कॉम्प्युटरच्या पडद्याकडे वळला आणि बराच वेळ काही बोलला नाही.

'एक दिवस आपण नक्की बघू...' । १३३

"कोल्टन?"

तो तिथे फक्त चित्र नीट निरखत उभा राहिला. मला त्याच्या चेहऱ्यावरचे भाव कळेनात.

"यात काय चूक आहे, कोल्टन?" मी पुन्हा विचारलं.

पूर्ण शांतता...!

मी त्याच्या हाताला कोपराने ढोसलं, "कोल्टन?"

माझ्या सात वर्षांच्या मुलाने वळून माझ्याकडे पाहिलं आणि म्हणाला, "डॅड, हे अगदी बरोबर आहे."

कोल्टननं जीझसची कितीतरी चित्रं नाकारली हे माहीत असल्यानं, शेवटी अकीनच्या चित्रात तरी जीझसचा चेहरा आम्हाला बघायला मिळाला, असं सोनया आणि मला वाटलं किंवा अगदी विलक्षण साम्य असलेला तरी.

आम्हाला खात्री होती की, कोणतंही पेंटिंग पुनरुत्थान झालेल्या जीझसची भव्यता, उदात्तता पकडू शकणार नाही. तीन वर्षं जीझसची चित्रं काळजीपूर्वक बघितल्यावर आता मला हे कळलं की, अकीनचं पेंटिंग हे नेहमीच्या पेंटिंगपेक्षा वेगळं तर होतंच; पण त्या एकमेव चित्रामुळे कोल्टनचं कायमचं समाधान झालं. कोल्टन म्हणाला की, "हे अगदी बरोबर आहे." तेव्हा सोनया आणि माझं कुतूहल वाढलं. कारण त्याला हे माहीत नव्हतं की, त्या चित्राचं नाव 'प्रिन्स ऑफ पीस : द रिसरक्शन' – *शांतिदूत राजपुत्र – ख्राइस्टचे पुनरुत्थान* असं आहे आणि ते एका मुलीनं काढलेलं आहे – ते मूलही म्हणतंय की, मी स्वर्गात जाऊन आलोय.

माउन्ट व्ह्यू वेस्लेयानच्या आमच्या भेटीतून जीझस कसा दिसतो, याची कल्पना येणं एवढीच कुतूहलजनक गोष्ट निघाली नव्हती. त्यामुळे आम्हाला हेही कळलं की, कोल्टनच्या आपल्या बहिणीशी झालेल्या आकस्मिक भेटीचा परिणाम पृथ्वीवरील लोकांवर कसा होऊ शकेल.

जानेवारी, २००७मधील त्या संध्याकाळच्या प्रार्थनेनंतर एक तरुण आई माझ्याकडे आली. तिचे डोळे अश्रूंनी डबडबले होते.

"माझं मूल गेलं," ती बोलू लागली, "ती जन्मतःच गेलेली होती. माझं बाळ स्वर्गात आहे की नाही, याविषयी तुमचा मुलगा सांगू शकेल?"

त्या बाईचा आवाज कापत होता आणि ती थरथरत होती, हेही माझ्या लक्षात आलं. माझ्या मनात आलं की, 'परमेश्वरा, याचं उत्तर देणारा मी कोण?'

कोल्टन म्हणाला होता की, स्वर्गात खूप-खूप मुलं होती. पण या बाईचं मूल त्यानं बघितलं का, असं मी त्याला विचारू शकत नव्हतो. तरी त्या बाईला तसंच दुःखी ठेवणं, मला ठीक वाटलं नाही.

त्याच वेळी सहा-सात वर्षांचा एक मुलगा आला आणि त्या स्त्रीचा स्कर्ट धरून उभा राहिला. मला उत्तर मिळालं.

''मॅडम, परमेश्वर माझ्यावर प्रेम करतो यावर तुम्ही विश्वास ठेवता?''

''हो, हो! माझा आहे विश्वास.''

मग मी तिच्याजवळच्या लहान मुलाकडे बघून मान हलविली. ''परमेश्वर कोल्टनएवढंच तुमच्या मुलावर प्रेम करतो, यावर तुमचा विश्वास आहे?''

ती प्रश्नाचा अर्थ समजून घेण्यासाठी किंचित काळ थांबली. मग म्हणाली, ''हो, अर्थातच.''

''ठीक आहे. परमेश्वर माझ्याएवढंच तुमच्यावर प्रेम करतो, तो माझ्या मुलाएवढंच तुमच्या मुलावर प्रेम करतो, याबद्दल तुम्हाला खात्री आहे, विश्वास आहे; तर मग तो माझ्या न जन्मलेल्या मुलाएवढंच तुमच्या न जन्मलेल्या मुलावर प्रेम करतो, असा तुमचा विश्वास का दिसत नाही?''

अचानक ती बाई थरथर कापायची थांबली आणि मंद हसत म्हणाली, ''मी त्याबद्दल असा कधी विचार केला नाही.''

हायसं वाटून मी पवित्र परमात्म्याचे आभार मानत प्रार्थना केली. त्या दुःखी बाईला उत्तर देण्यासाठी त्यानं अचानक काही शक्ती माझ्याकडे पाठवली. मी आताच तुम्हाला सांगू शकतो की, त्याबाबत इतका खोल विचार करण्याइतका मी हुशार नाही.

कोल्टनच्या कथेमुळे काही अत्यंत महत्त्वाच्या प्रश्नांची उत्तरं द्यायचा प्रयत्न करण्याची ही शेवटची वेळ असणार नव्हती. काही वेळा आमच्याबरोबरच अनुभव घेतलेल्या माणसांच्या प्रश्नांची उत्तरं त्यांना आपली आपणच मिळायची.

मी पूर्वी सांगितल्याप्रमाणे नॉर्थ प्लेटच्या हॉस्पिटमलमधून डिस्चार्ज मिळेपर्यंत कोल्टनच्या खोलीत नर्सेस सारख्या ये-जा करत राहिल्या होत्या. त्यांच्या या भेटीपूर्वी त्यांनी कोल्टनच्या महत्त्वाच्या तपासण्या केल्या होत्या आणि त्या चार्टवर लिहिल्या होत्या. त्यानंतर कोणत्याही वैद्यकीय बाबींसाठी त्या आल्या नव्हत्या. केवळ दोनच दिवसांपूर्वी वैद्यकीय उपचारांच्या पलीकडे स्थिती असलेल्या पण आता कॉटवर बसून किलबिल करणाऱ्या, कापसाच्या सिंहाशी खेळणाऱ्या छोट्या बाळाला कौतुकानं बघण्यासाठी त्या आल्या होत्या. तेव्हा त्यांच्यापैकी एका नर्सनं मला बाजूला बोलावलं. ''मिस्टर बर्पो, मी थोडा वेळ तुमच्याशी बोलू का?''

''हो, नक्कीच!'' मी म्हणालो.

तिनं कोल्टनच्या खोलीपलीकडील हॉलच्या जवळच्या खोलीकडे खूण केली. ''आपण तिथेच जाऊ या!''

तिला काय म्हणायचंय याबद्दल आश्चर्य करत मी तिच्या पाठोपाठ त्या लहानशा अडगळीसारख्या खोलीत गेलो. तिनं आम्ही आत आल्यावर दार बंद केलं

'एक दिवस आपण नक्की बघू...' । १३५

आणि माझ्याकडे पाहिलं. तिच्या डोळ्यांत खोलवर एक चमक होती. जणू नवीन काहीतरी तिच्यात आतून बहरलं होतं.

"मिस्टर बर्पो, मी इथे नर्स म्हणून पुष्कळ वर्षं काम केलेलं आहे," ती म्हणाली. "खरं म्हणजे मी तुम्हाला हे सांगू नये, पण तुमच्या कुटुंबाला आशा दाखवू नका असं आम्हाला सांगण्यात आलं होतं. कोल्टन जगेल असं त्यांना वाटत नव्हतं आणि माणसं जगणार नाहीत असं जेव्हा सांगितलं जातं, तेव्हा ती खरोखर जगत नाहीत."

नंतर ती थोडी चाचरली; पण तिनं निश्चयपूर्वक सुरुवात केली. "तुमच्या मुलाची आजची स्थिती पाहून वाटतं, त्याच्या बाबतीत हा चमत्कारच झाला आहे."

हे मला सांगितल्याबद्दल मी तिचे आभार मानले आणि म्हणालो, "मला तुम्हाला आठवण करून द्यायची आहे की, 'इथे परमेश्वरच होता' असं आम्ही मानतो. काल रात्री चर्चशी संबंधित सर्वांनी एकत्र येऊन कोल्टनसाठी प्रार्थना केली आणि परमेश्वरानं आमच्या प्रार्थनांना प्रतिसाद दिला, असं आम्ही मानतो."

त्या नर्सनं क्षणभर खाली पाहिलं. नंतर पुन्हा माझ्याकडे बघून ती हसली. "मला हे तुम्हाला फक्त सांगायचं होतं."

ती निघून गेली. मला वाटतं, तिला कदाचित धर्मोपदेशकाकडून प्रवचन ऐकायचं नसेल. खरी गोष्ट म्हणजे तिला प्रवचनाची आवश्यकताच नव्हती – तिनं ते प्रत्यक्ष अनुभवलं होतं.

कोल्टनच्या स्वर्गातील अनुभवांबद्दल बोलायचं तर लोकं म्हणतात, "तुमच्या कुटुंबाला परमेश्वराचा आशीर्वाद आहे."

शाश्वततेपासून या जगाला वेगळं करणाऱ्या पडद्यापलीकडचं एक ओझरतं दर्शन आम्हाला झालं असा विचार केला, तर ते योग्यच बोलतात.

मी असाही विचार करतो की, *'आशीर्वाद कसा? आम्ही आमच्या मुलाचा जवळजवळ मृत्यूच अनुभवला.'*

स्वर्ग, परमेश्वराचं सिंहासन, जीझस आणि पॉप तसेच आम्ही गमावलेली पण पुढे कधीतरी भेटणारी आमची मुलगी याविषयी बोलताना आनंद वाटतो. पण या स्थितीला येण्यासाठी जे काही घडलं, ते आनंददायक नव्हतं. आमच्या डोळ्यांसमोर कोल्टन कसाबसा जिवंत होता. त्या भयानक दिवसांच्या आठवणींनी अजूनही सोनया आणि माझ्या डोळ्यांत अश्रू येतात. आजच्या दिवसापर्यंत त्याचा स्वर्गभेटीचा चमत्कार आणि आमचा मुलगा मृत्यूजवळ घोटाळणं, या दोन घटना आमच्या दृष्टीनं एक आहेत.

मी लहान होतो तेव्हा क्रॉस, क्रुसिफिक्सेशन– जीझसला सुळावर चढविणं या गोष्टी महत्त्वाच्या आहेत, याबद्दल मला नेहमी आश्चर्य वाटायचं. जर पित्याला – गॉड द फादरला – माहीत होतं की, आपल्या मृत मुलाला म्हणजेच जीझसला तो पुन्हा जिवंत करणार आहे, तर मग तो त्याग– सॅक्रिफाइस कसा? आता माझ्या

लक्षात येतंय की, परमेश्वराच्या दृष्टीनं ईस्टर म्हणजे जीझसच्या पुनरुत्थानाचा सण, केवळ त्याचा शेवटचा खेळ किंवा रिकामं थडगं नाहीये. आता मला पूर्णपणे कळतंय. मी कोल्टनच्या यातना थांबविण्यासाठी काहीही केलं असतं... *अगदी काहीही.* त्याच्याबरोबर जागा अदलाबदलीचा सौदासुद्धा केला असता.

बायबल सांगतं की, जीझसनं आपल्या आत्म्याचा त्याग केला, तेव्हा त्याचं निष्प्राण शरीर रोमन क्रुसावर लोंबकळत राहिलं. हे पाहून परमेश्वरानं आपली मान वळविली. माझी खात्री आहे की, त्याला ते बघवलं नाही म्हणून त्यानं तसं केलं.

काही वेळा लोक विचारतात, ''कोल्टनलाच हा अनुभव का आला? हे तुमच्या कुटुंबाच्या बाबतीतच का घडलं?'' याचं उत्तर एक नव्हे अनेक वेळा मला द्यावं लागतं. ''हे बघा, आम्ही नेब्रास्कासारख्या एखाद्या लहान गावातील साधी माणसं आहोत. आम्ही फक्त आमच्या बाबतीत काय घडलं तेवढं जास्तीत जास्त सांगू शकतो. तुम्हाला ते कदाचित प्रेरणादायी वाटेल. नॉर्थ प्लेटमधल्या त्या नर्सला 'आपल्यापेक्षा मोठं कुणीतरी आहे' असा विश्वास वाटण्यासाठी काही चमत्कार घडणं आवश्यक वाटलं. माउन्टन व्ह्यू वेस्लेयान येथील त्या स्त्रीला आपलं दुःखं सहन करण्यासाठी एखादा आशेचा किरण पुरेसा ठरला. सोनयाच्या स्वतःच्या आईपणाच्या जखमा भरून येण्यासाठी ते आवश्यक ठरलं. माझी आई के ही अठ्ठावीस वर्षं स्वतःच्या वडिलांचा विचार करत राहिली; पण शेवटी तिला कळलं की, एक दिवस ती तिच्या वडिलांना पुन्हा भेटेल.''

बायबलमधील प्रकटीकरणात स्वर्गाविषयी अगदी तुटक शिकवणी आहेत. धर्मोपदेशक म्हणून चर्चमधील उंच व्यासपीठावरून मी स्वर्गाविषयी नेहमीच अतिशय जाणीवपूर्वक बोलतो. अजूनही मी तसंच बोलतो. मला जे बायबलमध्ये सापडतं, तेच शिकवतो.

माझ्या मनात पुष्कळ प्रश्न होते; पण माझ्याकडे उत्तरं मात्र नव्हती, म्हणून वैयक्तिक पातळीवर मी स्वर्गाविषयी विचार करण्यात फारसा वेळ घालविला नव्हता; पण आता मात्र मी स्वर्गाविषयी विचार करतो. सोनया आणि मी दोघंही करतो. पुष्कळ लोकांकडून ऐकलं की, कोल्टनच्या कथेमुळे तेसुद्धा स्वर्गाविषयी जास्त विचार करतात. आम्हाला अजून सगळी उत्तरं मिळालेली नाहीत – अगदी त्या उत्तरांच्या जवळही आम्ही पोहोचलो नाही. पण आता आमच्या मनात आम्ही एक चित्र रेखाटलंय. ते आठवून आम्ही म्हणू शकतो, ''वा! छान!''

माझ्या मॉमनं ज्या पद्धतीनं त्याचं तात्पर्य सांगितलं, ते मला आवडलं. तिनं मला सांगितलं, ''हे घडल्यापासून स्वर्गात काय असेल, याचा मी अधिक विचार करते. स्वर्गाची कल्पना मी पूर्वीच मानली होती. आता ती मी मनश्चक्षूंसमोर आणते. पूर्वी मी त्याविषयी ऐकलं होतं. आता मला माहीत आहे की, एक ना एक दिवस मी तो स्वर्ग नक्कीच पाहीन.''

'एक दिवस आपण नक्की बघू...' । १३७

उपसंहार

आमची साधी कौटुंबिक सहल 'स्वर्गीय सहल' झाली. त्याला आता सात वर्षं झाली. त्यामुळे आमची आयुष्यं बदलली. लोक आम्हाला विचारतात की, कोल्टनची कथा सांगायला आम्ही एवढा वेळ का लावला? त्याला दोन कारणं आहेत. पहिलं म्हणजे, आम्ही इमर्जन्सी म्हणून तातडीनं ग्रीलेहून इम्पीरिअलच्या डॉक्टरांकडे गेलो, त्या सत्त्वपरीक्षा पाहणाऱ्या अनुभवाला सात वर्षं झाली असली, तरी ती कथेची नुसती सुरुवात होती. तुम्ही आतापर्यंतच्या या पानांत लिहिलेलं, वाचलेलं असेल की, कोल्टनच्या या अलौकिक प्रवासाचा तपशील आम्हाला तुटक-तुटक असा काही महिने व वर्षं असा मिळत राहिला. म्हणून जरी काही काळापूर्वी मृत्यू कोल्टनला अगदी घसटून गेला, तरी बाकीची कथा उलगडायला काही आणखी काळ गेला.

नंतर आम्ही बाकीच्यांना काय घडलं ते सांगायला सुरुवात केली, तेव्हा पुष्कळ लोकांनी आम्हाला सांगितलं, "तुम्ही याबद्दल पुस्तक लिहायला पाहिजे!" त्याला सोनया आणि मी "आम्ही? पुस्तक लिहू? हो... बरोबर!" असा प्रतिसाद दिला.

एक गोष्ट म्हणजे, आमच्याबद्दल कोणाला काही वाचायची इच्छा असेल, अशी आम्हाला कल्पना आली नाही. त्यानंतर एक संपूर्ण पुस्तक लिहिणं होतंच. आम्हाला वाटलं की, चंद्रावर उड्डाण करण्यापेक्षा पुस्तक लिहिण्याची मोठी जबाबदारी स्वीकारणं, या बाजूची तागडी अधिक जड असावी. अर्थात कॉलेजमध्ये मी बातमीपत्रांचं संपादन केलं होतं आणि सोनयानं मास्टर्स करताना पुष्कळ लिखाण केलं होतं. पण आम्ही दोघं आमची आवडती नोकरी करत होतो, लहान मुलांना वाढवायचं होतं, चर्चची सर्व काळजी घ्यायची होती आणि कधीतरी तुम्हाला झोप आवश्यक असतेच. एकदा आमचा धर्मोपदेशक मित्र फिल मॅक्लम यानं आम्हाला

१३८ । स्वर्गाचा साक्षात्कार

काही प्राथमिक माहिती दिली. तसेच आमच्या जवळपास असलेल्या चांगल्या प्रकाशकांची ओळख करून दिली. त्यामुळे आपण खरंच पुस्तक लिहू शकू असं आम्हाला वाटलं. तरीसुद्धा वेळेचा प्रश्न होता.

म्हणजे हे बघा, आई-वडील म्हणून आमचा कोल्टनशी संबंध होता. पुष्कळांना त्याची गोष्ट आवडली कारण त्यात स्वर्गाविषयी माहिती होती. आम्हालाही ती आवडली होती. तरी त्यात भीती आणि दुःखदायक अशा अनुभवातून जायला लावणारा हॉस्पिटलशी संबंधित भाग मात्र कायमचा – अनंतकाळ – असणार होता. लोकांना त्याबद्दल सांगण्याचा कोल्टनवर काय परिणाम होईल, हे आम्हाला कळत नव्हतं. शिवाय लोकांचं त्याच्याकडे गेलेलं अवधान तो कसं सांभाळील, याची आम्हाला काळजी होती. अजूनही आहे. आम्ही लहानशा शहरातली, लहान स्कूलमधली, लहान चर्चमधली माणसं. 'लहान' म्हणजे काय हे कोल्टनला माहीत आहे. पण 'प्रसिद्धीचा झोत?' मला त्याविषयी खात्री नव्हती.

अर्थात आता पुस्तक लिहून झालंय. एक दिवस सोनया मला हसत म्हणाली, "चला, मला वाटतं आपल्या कामाच्या यादीत 'लेखक बनणं' असं लिहू या, म्हणजे त्यावर आता फुली मारता येईल."

लोकांनी आम्हाला इतरही प्रश्न विचारले. विशेषतः लहान मुलांना जाणून घ्यायचं होतं की, कोल्टननं स्वर्गात प्राणी बघितले का? त्याचं उत्तर 'होय' असं आहे. जीझसच्या घोड्याव्यतिरिक्त त्यानं सांगितलं की, कुत्रे, पक्षी, एक सिंहसुद्धा त्यानं पाहिला. सिंह अगदी मित्रासारखा होता, भयानक नव्हता.

आमच्या पुष्कळ कॅथलिक मित्रांनी विचारलं की, कोल्टननं जीझसच्या आईला, मेरीला पाहिलं का? त्याचंही उत्तर 'होय' असं आहे. त्यानं मदर मेरीला जीझसच्या सिंहासनासमोर गुडघे टेकून बसलेलं पाहिलं. इतर वेळी ती जीझसजवळ उभी होती. "ती त्याच्यावर अजून आईसारखीच माया करते," कोल्टन म्हणाला.

आणखी एक प्रश्न लोक नेहमी विचारतात की, कोल्टनच्या अनुभवामुळे आमच्यात किती बदल झाला. पहिली गोष्ट सोनया सांगेल की, आम्ही पूर्णपणे कोलमडून गेलो. आता बघा, धर्मोपदेशक आणि त्याचे कुटुंबीय बहुधा आपण 'मदत करणारे' आहोत, या भूमिकेत समाधानी असतात. पण 'मदत मागणारा याचक' म्हणून नाही. सोनया आणि मी आजाऱ्यांना भेटणं, त्यांच्यासाठी जेवण पोहोचवणं, त्यांच्या मुलांना बघणं, अशा गोष्टी दुसऱ्यांसाठी गरजेच्या वेळी करत होतो. स्वावलंबी असण्याचा मात्र आमचा हट्टच होता... कदाचित मागील घडलेल्या गोष्टींचा विचार करता असं वाटतं की, आम्हाला त्याचा गर्व होता; पण हॉस्पिटलमध्ये संपूर्ण थकून गेल्यानं आपल्या मर्यादा जाणवून आमचा गर्व एखाद्या वाळलेल्या काडीसारखा कटकन मोडून पडला. भावनिक, शारीरिक व आर्थिक मदत स्वीकारण्याइतकं

नम्र कसं व्हावं, हे यामुळे आम्ही शिकलो.

खरं आहे. आपण खंबीर उभं राहून इतरांना मदत करू शकणं, हे छानच आहे. पण दुसऱ्यालाही आपल्यासाठी खंबीर बनवणं, त्यांचा आशीर्वाद घेण्याइतपत आपण असंरक्षित असणं, याची किंमत आम्हाला कळली. तसं होणं म्हणजे त्यांच्यावरही परमेश्वराची ती कृपाच असते.

कोल्टनच्या कथेमुळे आम्ही आणखी एका बाबतीत बदललो. आता आम्ही जास्त निर्भय झालो आहोत. माणसं परमेश्वराच्या अस्तित्वाची शंका घेतात, अशा काळात आम्ही जगतोय. धर्मोपदेशक म्हणून बोलताना पूर्वीपासून मी माझ्या श्रद्धेबद्दल सहज बोलत असे. त्यात आता भर म्हणजे मी माझ्या मुलाच्या बाबतीत काय घडलं ते सांगतो. तेच सत्य आहे आणि तेच मी सांगतो, यात मला बिलकूल खेद वाटत नाही.

दरम्यान, अमेरिकेतील सर्व लहान गावांतील कुटुंबं जशी जीवन जगतात, तशीच इम्पीरिअलमधलीही जगत आहेत. कॅसी तेरा वर्षांची असून, ती हायस्कूलसाठी 'फॉल'मध्ये असते. कालची रात्र ही तिच्यासाठी विशेष होती. कारण तिने हायस्कूलच्या चर्च गायन-टीममध्ये सामील होण्यासाठी परीक्षा दिली. आमच्या सगळ्यात लहान कोल्बीनेही एक टप्पा ओलांडला आहे. तो या वर्षी बालवाडीत जाईल. ही गोष्ट फारच छान आहे, कारण तो आपल्या शिशुविहारच्या टीचरला छळायला लागला होता.

कोल्टनविषयी बोलायचं, तर तो या महिन्यात अकरा वर्षांचा होईल आणि सप्टेंबरमध्ये सहाव्या इयत्तेत जाईल. तो प्रत्येक बाबतीत अतिशय व्यवस्थित आहे. तो कुस्ती आणि बेसबॉल खेळतो. तो पियानो आणि ट्रम्पेटही वाजवतो. त्याला शाळेचं फार वेड नाहीये. मधली सुट्टी हा त्याचा आवडता विषय आहे. कधीतरी तो स्वर्गाविषयी बोलतो. पण 'पुन्हा स्वर्गात गेलो' असं तो कधी म्हणत नाही. त्यानं अलौकिक प्रवास केला असला तरी आपल्या भावंडांशी तो नैसर्गिकपणे वागतो. कोल्बी लहान भाऊ असल्यानं कोल्टनच्या मागे-मागे असतो. आणि कुणी कुणाची ॲक्शन फिगर्स – काल्पनिक नायकांची चित्रं – चोरली यावरून त्यांची मारामारी होते. कॅसी या सगळ्यात मोठी सहनशील मुलगी आहे. आम्ही सगळे जेव्हा या पुस्तकासाठी चांगल्या नावाचा विचार करत होतो, तेव्हा हे स्पष्ट कळून आलं.

मी सुचवलं, 'हेवन बाय फोर!'

सोनयानं सुचवलं, 'हेवन अकॉर्डिंग टु कोल्टन!'

कॅसीनं सुचवलं, 'ही इज बॅक, बट ही इज नो एंजल!'

शेवटी कोल्टननं सहज हे नाव सुचवलं. २००९मधील ख्रिसमसच्या वेळी आमची कौटुंबिक सहल टेक्सासला झाली. आम्ही डॅलसमधील स्टारबक्स येथे

आमच्या संपादकांबरोबर पुस्तकाविषयी चर्चा करत होतो. त्यांनी टेबलापलीकडे बसलेल्या आमच्या मोठ्या मुलाकडे पाहून म्हटलं, ''कोल्टन, तुझ्या कथेवरून लोकांनी काय बोध घ्यावा, असं तुला वाटतं?''

त्यानं न घुटमळता संपादकाच्या डोळ्यांना थेट नजर भिडविली आणि म्हणाला, ''स्वर्ग खरोखरच आहे हे त्यांना कळावं, असं मला वाटतं.''

— टॉड बर्पो
इम्पीरिअल, नेब्रास्का
मे, २०१०

घटनाक्रम

जुलै, १९७६ – टॉड बर्पोचे आजोबा, ज्यांना तो 'पॉप' (लॉरेन्स इडेलबर्ट बार्बर) म्हणतो, ते कॅनससमधील युलिसिस व लिबेरल यांच्या दरम्यान कार अपघातात मरण पावले.

१९८२ – तेरा वर्षांचा टॉड चर्चच्या सभागृहात बायबलचा प्रवचनकार होण्यासाठी ख्रिस्ताने दिलेली हाक ऐकतो व मानतो.

२९ डिसेंबर, १९९० – टॉड आणि सोनया बर्पो लग्न करतात.

१६ ऑगस्ट, १९९६ – कॅसी बर्पो, कोल्टनची मोठी बहीण जन्म घेते.

जुलै, १९९७ – धर्मोपदेशक टॉड व सोनया बर्पो नेब्रास्का, इम्पीरिअलमधील क्रॉसरोड्स वेस्लेयान चर्चचे निमंत्रण स्वीकारतात.

२० जून, १९९८ – सोनया बर्पो दुसऱ्या वेळी गरोदर असून तिचा दोन महिन्यांनी गर्भपात होतो.

१९ मे, १९९९ – कोल्टन बर्पोचा जन्म होतो.

ऑगस्ट, २००२ – 'मिश्र सॉफ्टबॉल मॅचेस'मध्ये टॉडच्या पायाला गंभीररीत्या दुखापत होऊन हाडांचे तुकडे होतात.

ऑक्टोबर, २००२ – टॉडला किडनी स्टोनचा त्रास होतो.

नोव्हेंबर, २००२ – टॉडला छातीत गाठ वाटते आणि ती 'हायपरप्लासिया' आहे, असं अनुमान निघतं.

१४२ । स्वर्गाचा साक्षात्कार

२७ फेब्रुवारी, २००३ – कोल्टन पोटदुखीची तक्रार करतो आणि त्याला दणकून ताप भरतो. त्याचं निदान 'स्टमक फ्लू' असं चुकीचं केलं जातं.

२८ फेब्रुवारी, २००३ – कोल्टनचा ताप उतरतो. कोल्टन बरा आहे असं वाटून त्याच्या आई-वडिलांना आनंद होतो. प्रत्यक्षात मात्र ती अपेन्डिक्स फुटल्याची खूण असते.

१ मार्च, २००३ – टॉड बरा झाल्याच्या निमित्ताने 'सेलिब्रेशन' म्हणून बर्पो कुटुंब डेनव्हर येथे 'बटरफ्लाय पॅव्हेलियन'– 'फुलपाखरांचं दालन' पाहायला जातात. त्या रात्री कोल्टनला सतत उलट्या सुरू होतात.

३ मार्च, २००३ – इम्पीरिअल, नेब्रास्का येथील डॉक्टर कोल्टनला तपासून त्याला अपेंडिसायटिस असल्याचं निदान फेटाळून लावतात.

५ मार्च, २००३ – टॉड आणि सोनया नेब्रास्का इम्पीरिअल येथील हॉस्पिटलमधून स्वतः कोल्टनला घेऊन बाहेर पडतात आणि गाडीने नेब्रास्कामधील नॉर्थ प्लेट येथील ग्रेट प्लेन्स रीजनल मेडिकल सेंटर येथे आपल्या मुलाला घेऊन जातात. डॉ. टिमोथी ओ'हॉलरन शस्त्रक्रियेची तयारी करतात.

५ मार्च, २००३ – कोल्टनवर पहिली अपेन्डेक्टोमीची शस्त्रक्रिया होते. त्याचं अपेन्डिक्स फुटलेलं होतं आणि शिवाय तिथे एक गळू झालेलं होतं.

१३ मार्च, २००३ – कोल्टनला हॉस्पिटलमधून डिसचार्ज मिळतो. म्हणून टॉड आणि सोनया त्याला ढकलगाडीतून लिफ्टपर्यंत नेतात, तोच डॉ. ओ'हॉलरन त्यांना परत बोलावतात. रक्ततपासणीत व्हाइट ब्लडसेल काउंट कमी झालेला असतो. सीटीस्कॅनमध्ये पोटात आणखी दोन गळवं दिसतात.

१३ मार्च, २००३ – कोल्टनचं दुसरं ऑपरेशन होतं – सेलिओटोमी – गळवांतील पूचा निचरा होण्यासाठी. शस्त्रक्रियेत एकूण तीन गळवं सापडतात.

१७ मार्च, २००३ – डॉ. ओ'हॉलरन टॉड आणि सोनयाला सांगतात की, कोल्टनच्या बाबतीत ते आणखी काही करू शकत नाहीत. ते कोल्टनला डेनव्हरच्या चिल्ड्रेन्स हॉस्पिटलमध्ये न्यायचा सल्ला देतात. बर्फाचं जोरदार वादळ होऊन सगळीकडे दोन फूट उंचीचं बर्फ साठलेलं असतं. इम्पीरिअलच्या चर्चमध्ये सगळे मिळून कोल्टन बरा व्हावा, यासाठी सामुदायिक प्रार्थना करतात.

१८ मार्च, २००३ – दुसऱ्या दिवशी कोल्टनमध्ये आश्चर्यकारक सुधारणा दिसायला लागतात. लवकरच तो नेहमीप्रमाणे खेळायला लागतो. त्याचं सीटीस्कॅन केलं जातं. त्यात पोटात काहीच रोगलक्षणं दिसत नाहीत.

१९ मार्च, २००३ – सतरा दुःखदायक दिवसांनंतर कोल्टनचं कुटुंब इम्पीरिअलला परततं.

३ जुलै, २००३ – दक्षिण डाकोटाला चुलत भावाला भेटायला जाताना वाटेत नॉर्थ प्लेटमधील आर्बीज पार्किंगच्या जागेत कोल्टन पहिल्यांदा स्वर्गाविषयी पुष्कळ गोष्टी सांगतो. पुढे कोल्टन स्वर्गातील विलक्षण घटनांविषयी आणखी गोष्टी सांगू लागतो.

४ ऑक्टोबर, २००४ – कोल्बी बर्पो, कोल्टनच्या धाकट्या भावाचा जन्म.

१९ मे, २०१० – कोल्टन बर्पो ११ वर्षांचा होतो. तो शारीरिकदृष्ट्या पूर्ण निरोगी आहे.

❖

www.ingramcontent.com/pod-product-compliance
Lightning Source LLC
LaVergne TN
LVHW031612060526
838201LV00065B/4821
* 9 7 8 9 3 5 3 1 7 2 6 1 9 *